Kaku listinn

Með Sykri í Hjarta

Vaka Bakkelsdóttir

Vísitala

Ferskjukaka

Gerir 23 cm / 9 köku

100 g / 4 oz / ½ bolli smjör eða smjörlíki, mildað

225 g / 8 oz / 1 bolli flórsykur (ofurfínn)

3 egg, aðskilin

450 g / 1 lb / 4 bollar venjulegt hveiti (alhliða)

Smá salt

5 ml / 1 tsk matarsódi (natríumbíkarbónat)

120 ml / 4 fl oz / ½ bolli mjólk

225 g / 8 oz / 2/3 bolli ferskjusulta (geymsla)

Þeytið smjör eða smjörlíki og sykur saman. Þeytið smám saman eggjarauður og bætið svo hveiti og salti út í. Blandið matarsódanum saman við mjólkina, hrærið svo út í kökublönduna og síðan sultuna. Þeytið eggjahvíturnar þar til þær eru stífar og blandið saman við blönduna. Hellið í tvö smurð og fóðruð 23cm/9 kökuform (bökunarform) og bakið í forhituðum ofni við 180°C/350°F/gasmark 4 í 25 mínútur þar til þau eru vel lyft og fjaðrandi viðkomu.

Appelsínu og Marsala kaka

Gerir 23 cm / 9 köku

175 g / 6 oz / 1 bolli sultanas (gylltar rúsínur)

120 ml / 4 fl oz / ½ bolli Marsala

175 g / 6 oz / ¾ bolli smjör eða smjörlíki, mýkt

100 g / 4 oz / ½ bolli mjúkur púðursykur

225 g / 8 oz / 1 bolli flórsykur (ofurfínn)

3 egg, létt þeytt

Fínt rifin skorpa af 1 appelsínu

5 ml / 1 tsk appelsínublómavatn

275 g / 10 oz / 2½ bollar venjulegt hveiti (allur tilgangur)

10 ml / 2 tsk matarsódi (natríumbíkarbónat)

Smá salt

375 ml / 13 fl oz / 1½ bolli súrmjólk

Appelsínulíkjör álegg

Leggið sultanurnar í bleyti í Marsala yfir nótt.

Þeytið smjör eða smjörlíki og sykur þar til létt og ljóst. Þeytið eggin smám saman og blandið síðan appelsínuberki og appelsínublómavatni út í. Bætið hveiti, matarsóda og salti út í til skiptis ásamt súrmjólkinni. Bætið í bleyti sultanunum og Marsala. Hellið í tvö smurð og fóðruð 23cm/9 kökuform (bökunarform) og bakið í forhituðum ofni við 180°C/350°F/gasmark 4 í 35 mínútur þar til það er vorkennt að snerta og byrjað að vora. Skreppa saman á hliðunum af dósunum. Látið kólna í pönnunum í 10 mínútur áður en þær eru settar á vírgrind til að klára kælingu.

Smurðu kökunum saman við helminginn af appelsínulíkjörskreminu og dreifðu afganginum ofan á.

Ferskju- og perukaka

Gerir 23 cm / 9 köku

175 g / 6 oz / ¾ bolli smjör eða smjörlíki, mýkt

150 g / 5 oz / 2/3 bolli flórsykur (ofurfínn)

2 egg, létt þeytt

75 g / 3 oz / ¾ bolli heilhveiti (heilhveiti)

75 g / 3 oz / ¾ bolli venjulegt hveiti (alhliða)

10 ml / 2 tsk lyftiduft

15 ml / 1 matskeið af mjólk

2 ferskjur, úthreinsaðar, roðhreinsaðar og saxaðar

2 perur, skrældar, kjarnhreinsaðar og saxaðar

30 ml / 2 matskeiðar flórsykur, sigtaður

Þeytið smjör eða smjörlíki og sykur þar til létt og ljóst. Þeytið eggin smám saman, bætið svo hveitinu og gerinu út í og bætið mjólkinni út í til að blandan verði laus. Bætið ferskjunum og perunum út í. Hellið blöndunni í smurt og klætt 23cm/9 kökuform (bökunarform) og bakið í forhituðum ofni við 190°C/375°F/gasmark 5 í 1 klukkustund þar til hún er vel lyft og teygjanleg viðkomu. Látið kólna á pönnunni í 10 mínútur áður en það er sett á grind til að klára kælingu. Stráið flórsykri yfir áður en borið er fram.

Rök ananaskaka

Gerir 20 cm / 8 köku

100 g / 4 oz / ½ bolli smjör eða smjörlíki

350 g / 12 oz / 2 bollar blandaðir þurrkaðir ávextir (ávaxtakökublanda)

225 g / 8 oz / 1 bolli mjúkur púðursykur

5 ml / 1 tsk malað krydd (eplabaka)

5 ml / 1 tsk matarsódi (natríumbíkarbónat)

425 g / 15 oz / 1 stór dós ósykrað mulinn ananas, tæmd

225 g / 8 oz / 2 bollar sjálfhækkandi hveiti (sjálfhækkandi)

2 þeytt egg

Setjið allt hráefnið á pönnu, nema hveitið og eggin, og hitið varlega þar til það sýður, hrærið vel. Sjóðið stöðugt í 3 mínútur og látið blönduna kólna alveg. Bætið hveitinu út í og smátt og smátt bætið við eggjunum. Snúðu blöndunni í smurt og klætt 20 cm/8 tommu kökuform og bakaðu í forhituðum ofni við 180°C/350°F/gasmark 4 í 1½ - 1¾ klukkustund þar til hún er vel lyft og stíf viðkomu. Látið kólna á pönnunni.

Ananas og kirsuberjakaka

Gerir 20 cm / 8 köku

100 g / 4 oz / ½ bolli smjör eða smjörlíki, mildað

100 g / 4 oz / 1 bolli flórsykur (ofurfínn)

2 þeytt egg

225 g / 8 oz / 2 bollar sjálfhækkandi hveiti (sjálfhækkandi)

2,5 ml / ½ tsk lyftiduft

2,5 ml / ½ teskeið af kanildufti

175 g / 6 oz / 1 bolli sultanas (gylltar rúsínur)

25 g / 1 oz / 2 matskeiðar gljáð kirsuber (sykruð)

400 g / 14 oz / 1 stór dós ananas, tæmd og saxaður

30 ml / 2 msk brandy eða romm

Flórsykur, sigtaður, til að strá yfir

Þeytið smjör eða smjörlíki og sykur þar til létt og ljóst. Þeytið eggin smám saman og bætið síðan hveiti, lyftidufti og kanil út í. Blandið restinni af hráefnunum varlega saman. Hellið blöndunni í smurt og klætt 20cm/8 kökuform (bökunarform) og bakið í forhituðum ofni við 160°C/325°F/gasmark 3 í 1 1/2 klukkustund þar til tannstöngull sem stungið er í miðjuna kemur út. hreint. Látið kólna og berið fram flórsykri stráð yfir.

Jóla ananaskaka

Gerir 23 cm / 9 köku

50 g / 2 oz / ¼ bolli smjör eða smjörlíki

100 g / 4 oz / ½ bolli flórsykur (ofurfínn)

1 egg, létt þeytt

150 g / 5 oz / 1¼ bollar sjálfhækkandi hveiti (sjálfhækkandi)

Smá salt

120 ml / 4 fl oz / ½ bolli mjólk

Upp á þak:

100 g/4 oz ferskur eða niðursoðinn ananas, gróft rifinn

1 matar (eftirrétt) epli, afhýtt, kjarnhreinsað og gróft rifið

120 ml / 4 fl oz / ½ bolli appelsínusafi

15 ml / 1 matskeið sítrónusafi

100 g / 4 oz / ½ bolli flórsykur (ofurfínn)

5 ml / 1 teskeið af kanildufti

Bræðið smjörið eða smjörlíkið og bætið síðan sykrinum og egginu út í þar til froðukennt. Bætið hveiti og salti til skiptis við mjólkina til að búa til deig. Hellið í smurt og klætt 23cm/9 kökuform (bökunarform) og bakið í forhituðum ofni við 180°C/350°F/gasmark 4 í 25 mínútur þar til það er gullið og fjaðrandi.

Hitið allt hráefni áleggsins að suðu og eldið í 10 mínútur. Dreifið yfir heitu kökuna og steikið (steikið) þar til ananasinn byrjar að brúnast. Látið kólna áður en það er borið fram heitt eða kalt.

Ananas á hvolfi

Gerir 20 cm / 8 köku

175 g / 6 oz / ¾ bolli smjör eða smjörlíki, mýkt

175 g / 6 oz / ¾ bolli mjúkur púðursykur

400 g / 14 oz / 1 stór dós ananas sneiðar, tæmd og safi geymdur

4 gljáð kirsuber (sykruð), helminguð

2 egg

100 g / 4 oz / 1 bolli sjálfhækkandi hveiti (sjálfhækkandi)

Kremið 75 g / 3 oz / 1/3 bolli smjör eða smjörlíki með 75 g / 3 oz / 1/3 bolli af sykri þar til það er ljóst og loftkennt og dreift yfir botninn á 20 cm / 8 kökuformi sem er smurt (steikarpönnu). Raðið ananassneiðunum ofan á og stráið kirsuberjunum yfir með ávölu hliðinni niður. Þeytið afganginn af smjörinu eða smjörlíkinu með sykrinum og þeytið eggin smátt og smátt út í. Bætið við hveitinu og 30 ml / 2 matskeiðum af ananassafanum. Dreifið yfir ananasinn og bakið í forhituðum ofni við 180°C/350°F/gasmark 4 í 45 mínútur þar til hann snertir vel. Látið kólna á pönnunni í 5 mínútur, takið síðan varlega af pönnunni og hvolfið yfir á vírgrind til að kólna.

Ananas og valhnetukaka

Gerir 23 cm / 9 köku

225 g/8 oz/1 bolli smjör eða smjörlíki, mildað

225 g / 8 oz / 1 bolli flórsykur (ofurfínn)

5 egg

350 g / 12 oz / 3 bollar venjulegt hveiti (allur tilgangur)

100 g / 4 oz / 1 bolli valhnetur, gróft saxaðar

100 g / 4 oz / 2/3 bolli gljáður (sósaður) ananas, saxaður

Smá mjólk

Þeytið smjör eða smjörlíki og sykur þar til létt og ljóst. Þeytið eggin smám saman og bætið svo hveiti, hnetum og ananas út í og bætið við nægri mjólk til að það verði kúlulaga. Hellið í smurt og klætt 23cm/9 kökuform (bökunarform) og bakið í forhituðum ofni við 150°C/300°F/gasmark 2 í 1 1/2 klukkustund þar til tannstöngull sem stungið er í miðjuna kemur hreinn út.

Hindberjakaka

Gerir 20 cm / 8 köku

100 g / 4 oz / ½ bolli smjör eða smjörlíki, mildað

200 g / 7 oz / lítill 1 bolli flórsykur (ofurfínn)

2 egg, létt þeytt

250 ml / 8 fl oz / 1 bolli sýrður rjómi

5 ml / 1 tsk vanillukjarna (þykkni)

250 g / 9 oz / 2¼ bollar venjulegt hveiti (allur tilgangur)

5 ml / 1 tsk lyftiduft

5 ml / 1 tsk matarsódi (natríumbíkarbónat)

5 ml / 1 tsk kakóduft (ósykrað súkkulaði).

2,5 ml / ½ teskeið salt

100 g / 4 oz þíða fersk eða frosin hindber

Upp á þak:

30 ml / 2 matskeiðar flórsykur (ofurfínn)

5 ml / 1 teskeið af kanildufti

Þeytið smjör eða smjörlíki og sykur saman. Bætið eggjunum smám saman út í, síðan rjómanum og vanilludropunum. Bætið við hveiti, lyftidufti, matarsóda, kakói og salti. Bætið hindberjunum út í. Hellið í smurt 20cm/8 kökuform. Blandið saman sykri og kanil og stráið ofan á kökuna. Bakið í forhituðum ofni við 200°C/400°F/gasmark 4 í 35 mínútur þar til gullbrúnt og teini í miðjunni kemur hreinn út. Stráið sykri í bland við kanil.

Rabarbarakaka

Gerir 20 cm / 8 köku

225 g / 8 oz / 2 bollar heilhveiti (heilhveiti)

10 ml / 2 tsk lyftiduft

10 ml / 2 tsk af kanildufti

45 ml / 3 matskeiðar glært hunang

175 g / 6 oz / 1 bolli sultanas (gylltar rúsínur)

2 egg

150 ml / ¼ pt / 2/3 bolli mjólk

225 g/8 oz rabarbari, saxaður

30 ml / 2 matskeiðar demerara sykur

Blandið öllu saman nema rabarbara og sykri. Bætið rabarbaranum út í og hellið í smurt og hveitistráð 20cm/8 kökuform. Stráið sykri yfir. Bakið í forhituðum ofni við 180°C/350°F/gasmark 4 í 45 mínútur þar til það er stíft. Látið kólna í forminu í 10 mínútur áður en það er tekið úr forminu.

Hunangsrabarbarakaka

Gerir tvær 450g/1lb kökur

250 g / 9 oz / 2/3 bolli létt hunang

120 ml / 4 fl oz / ½ bolli olía

1 egg, létt þeytt

15 ml / 1 matskeið matarsódi (matarsódi)

150 ml / ¼ pt / 2/3 bolli náttúruleg jógúrt

75 ml / 5 matskeiðar af vatni

350 g / 12 oz / 3 bollar venjulegt hveiti (allur tilgangur)

10 ml / 2 tsk salt

350 g/12 oz rabarbari, smátt saxaður

5 ml / 1 tsk vanillukjarna (þykkni)

50 g / 2 oz / ½ bolli saxaðar blandaðar hnetur

Upp á þak:

75 g / 3 oz / 1/3 bolli mjúkur púðursykur

5 ml / 1 teskeið af kanildufti

15 ml / 1 msk bráðið smjör eða smjörlíki

Blandið hunanginu saman við ólífuolíuna og bætið egginu út í. Blandið matarsódanum út í jógúrtina og vatnið þar til það er uppleyst. Blandið saman hveiti og salti og bætið við hunangsblönduna til skiptis ásamt jógúrtinni. Bætið rabarbaranum, vanilluþykkni og valhnetum út í. Hellið í tvö smurð og fóðruð 450g/1lb brauðform. Blandið saman innihaldsefnum áleggsins og stráið yfir kökurnar. Bakið í forhituðum ofni við 160°C/325°F/gasmark 3 í 1 klukkustund þar til það er stíft að snerta og gullið að ofan. Látið kólna í formunum í 10 mínútur og setjið svo inn í ofn til að klára kælingu.

Kaka af rauðrófu

Gerir 20 cm / 8 köku

250 g / 9 oz / 1¼ bollar venjulegt hveiti (allur tilgangur)

15 ml / 1 matskeið lyftiduft

5 ml / 1 teskeið af kanildufti

Smá salt

150 ml / 8 fl oz / 1 bolli olía

300 g / 11 oz / 11/3 bollar flórsykur (ofurfínn)

3 egg, aðskilin

150 g / 5 oz hráar rauðrófur, skrældar og gróft rifnar

150 g/5 oz gulrót, gróft rifin

100 g / 4 oz / 1 bolli saxaðar blandaðar hnetur

Blandið saman hveiti, lyftidufti, kanil og salti. Bætið olíunni og sykrinum saman við. Bætið við eggjarauðunum, rauðrófum, gulrótum og valhnetum. Þeytið eggjahvíturnar þar til þær eru stífar og blandið þeim saman við blönduna með málmskeið. Hellið blöndunni í smurt og klætt 20cm/8 kökuform (bökunarform) og bakið í forhituðum ofni við 180°C/350°F/gasmark 4 í 1 klukkustund þar til það er fjörlegt viðkomu.

Gulrótar- og bananakaka

Gerir 20 cm / 8 köku

175 g/6 oz gulrætur, rifnar

2 bananar, mauk

75 g / 3 oz / ½ bolli sultanas (gylltar rúsínur)

50 g / 2 oz / ½ bolli saxaðar blandaðar hnetur

175 g / 6 oz / 1½ bolli sjálfhækkandi hveiti

5 ml / 1 tsk lyftiduft

5 ml / 1 tsk malað krydd (eplabaka)

Safi og rifinn börkur af 1 appelsínu

2 þeytt egg

75 g / 3 oz / 1/2 bolli ljós muscovado sykur

100 ml / 31/2 fl oz / lítill 1/2 bolli sólblómaolía

Blandið öllu hráefninu þar til það hefur blandast vel saman. Færið í smurt og skeiðklætt 20 cm/8 form og bakið í forhituðum ofni við 180°C/350°F/gasmark 4 í 1 klukkustund þar til tannstöngull sem stungið er í miðjuna kemur hreinn út.

Gulrótar- og eplakaka

Gerir 23 cm / 9 köku

250 g / 9 oz / 2¼ bollar sjálfhækkandi hveiti (sjálfhækkandi)

5 ml / 1 tsk matarsódi (natríumbíkarbónat)

5 ml / 1 teskeið af kanildufti

175 g / 6 oz / ¾ bolli mjúkur púðursykur

Fínt rifin skorpa af 1 appelsínu

3 egg

200 ml / 7 fl oz / lítill 1 bolli olía

150 g / 5 oz matar (eftirrétt) epli, skræld, kjarnhreinsuð og rifin

150 g/5 oz gulrætur, rifnar

100 g / 4 oz / 2/3 bolli þurrkaðar apríkósur tilbúnar til að borða, saxaðar

100 g / 4 oz / 1 bolli saxaðar pekanhnetur eða valhnetur

Blandið saman hveiti, matarsóda og kanil og bætið við sykri og appelsínuberki. Þeytið eggin út í olíuna og bætið svo eplinum, gulrótinni og tveimur þriðju af apríkósum og valhnetum út í. Bætið hveitiblöndunni út í og setjið í smurt og klætt 23 cm / 9 kökuform (bökunarplötu). Stráið afganginum af söxuðum apríkósum og valhnetum yfir. Bakið í forhituðum ofni við 180°C/350°F/gasmark 4 í 30 mínútur þar til það er mjúkt að snerta. Látið það kólna aðeins á pönnunni og takið það síðan á vírgrind til að klára kælinguna.

Gulrótar- og kanilkaka

Gerir 20 cm / 8 köku

100 g / 4 oz / 1 bolli heilhveiti (heilhveiti)

100 g / 4 oz / 1 bolli venjulegt hveiti (allur tilgangur)

15 ml / 1 matskeið af kanilldufti

5 ml / 1 tsk rifinn múskat

10 ml / 2 tsk lyftiduft

100 g / 4 oz / ½ bolli smjör eða smjörlíki

100 g / 4 oz / 1/3 bolli létt hunang

100 g / 4 oz / ½ bolli mjúkur púðursykur

225 g/8 oz gulrætur, rifnar

Blandið saman hveiti, kanil, múskati og geri í skál. Bræðið smjörið eða smjörlíkið ásamt hunanginu og sykrinum og blandið hveitinu saman við. Bætið gulrótunum út í og blandið vel saman. Flyttu yfir í smurt og skeiðklætt 20 cm/8 form og bakaðu í forhituðum ofni við 160°C/325°F/gasmark 3 í 1 klukkustund þar til tannstöngull sem stungið er í miðjuna kemur hreinn út. Látið kólna á pönnunni í 10 mínútur og setjið síðan á grind til að klára kælingu.

Gulrótar- og kúrbítskaka

Gerir 23 cm / 9 köku

2 egg

175 g / 6 oz / ¾ bolli mjúkur púðursykur

100 g/4 oz gulrætur, rifnar

50 g/2 oz kúrbít (kúrbít), rifinn

75 ml / 5 matskeiðar olía

225 g / 8 oz / 2 bollar sjálfhækkandi hveiti (sjálfhækkandi)

2,5 ml / ½ tsk lyftiduft

5 ml / 1 tsk malað krydd (eplabaka)

Rjómaosta ís kaka

Blandið saman eggjum, sykri, gulrótum, kúrbít og ólífuolíu. Bætið hveiti, geri og blönduðu kryddi saman við og blandið þar til þú færð einsleitt deig. Hellið í smurt og klætt 23cm/9 kökuform (bökunarform) og bakið í forhituðum ofni við 180°C/350°F/gasmark 4 í 30 mínútur þar til tannstöngull sem stungið er í miðjuna kemur hreinn út. Látið það kólna og dreifið rjómaostafrostinu yfir.

Gulrótar- og engiferkaka

Gerir 20 cm / 8 köku

175 g / 6 oz / 2/3 bolli smjör eða smjörlíki

100 g / 4 oz / 1/3 bolli gullsíróp (létt maís)

120 ml / 4 fl oz / ½ bolli vatn

100 g / 4 oz / ½ bolli mjúkur púðursykur

150 g/5 oz gulrót, gróft rifin

5 ml / 1 tsk matarsódi (natríumbíkarbónat)

200 g / 7 oz / 1¾ bollar venjulegt hveiti (allur tilgangur)

100 g / 4 oz / 1 bolli sjálfhækkandi hveiti (sjálfhækkandi)

5 ml / 1 tsk engiferduft

Smá salt

Fyrir kökuna (kremið):

175 g / 6 oz / 1 bolli flórsykur, sigtaður

5 ml/1 tsk smjör eða smjörlíki, mjúkt

30 ml / 2 matskeiðar sítrónusafi

Bræðið smjörið eða smjörlíkið ásamt sírópinu, vatni og sykri og látið suðuna koma upp. Takið af hellunni og bætið við gulrótinni og matarsódanum. Látið kólna. Blandið saman hveiti, engifer og salti, hellið í smurt 20cm/8 kökuform (bökunarform) og bakið í forhituðum ofni við 180°C/350°F/gasmark 4 í 45 mínútur þar til snertingin stækkar vel. Takið úr mold og látið kólna.

Blandið flórsykrinum saman við smjörið eða smjörlíkið og nægilega mikið af sítrónusafa til að hægt sé að smyrja það. Skerið kökuna í tvennt lárétt, notaðu síðan helminginn af frostinu til að búa til samloku og dreifðu afganginum ofan á.

Gulrótar- og valhnetukaka

Gerir 18cm/7 köku

2 stór egg, aðskilin

150 g / 5 oz / 2/3 bolli flórsykur (ofurfínn)

225 g/8 oz gulrætur, rifnar

150 g / 5 oz / 1¼ bollar saxaðar blandaðar hnetur

10 ml / 2 tsk rifinn sítrónubörkur

50 g / 2 oz / ½ bolli venjulegt hveiti (allur tilgangur)

2,5 ml / ½ tsk lyftiduft

Þeytið eggjarauður með sykrinum þar til þú færð þykkan rjóma. Bætið gulrótinni, valhnetunum og sítrónuberkinum út í og bætið hveiti og geri saman við. Þeytið eggjahvíturnar þar til þær mynda mjúka toppa og blandið þeim svo saman við blönduna. Snúðu í smurt 19cm/7 fermetra form. Bakið í forhituðum ofni við 180°C/350°F/gasmark 4 í 40–45 mínútur þar til tannstöngull sem stungið er í miðjuna kemur hreinn út.

Gulrótar-, appelsínu- og valhnetukaka

Gerir 20 cm / 8 köku

100 g / 4 oz / ½ bolli smjör eða smjörlíki, mildað

100 g / 4 oz / ½ bolli mjúkur púðursykur

5 ml / 1 teskeið af kanildufti

5 ml / 1 tsk rifinn appelsínubörkur

2 egg, létt þeytt

15 ml / 1 matskeið appelsínusafi

100 g/4 oz gulrót, fínt rifin

50 g / 2 oz / ½ bolli saxaðar blandaðar hnetur

225 g / 8 oz / 2 bollar sjálfhækkandi hveiti (sjálfhækkandi)

5 ml / 1 tsk lyftiduft

Þeytið smjör eða smjörlíki, sykur, kanil og appelsínuberki þar til létt og ljóst. Bætið eggjunum og appelsínusafanum smám saman út í og bætið síðan við gulrótum, valhnetum, hveiti og geri. Flyttu yfir í smurða og skeiðklædda 20 cm/8 pönnu og bakaðu í forhituðum ofni við 180°C/350°F/gasmark 4 í 45 mínútur þar til það verður fjörlegt viðkomu.

Gulrótar-, ananas- og kókoskaka

Gerir 25 cm / 10 köku

3 egg

350 g / 12 oz / 1½ bolli flórsykur (ofurfínn)

300 ml / ½ pt / 1¼ bollar olía

5 ml / 1 tsk vanillukjarna (þykkni)

225 g / 8 oz / 2 bollar venjulegt hveiti (allur tilgangur)

5 ml / 1 tsk matarsódi (natríumbíkarbónat)

10 ml / 2 tsk af kanildufti

5 ml / 1 teskeið af salti

225 g/8 oz gulrætur, rifnar

100 g/4 oz niðursoðinn ananas, tæmd og mulinn

100 g / 4 oz / 1 bolli þurrkuð kókos (rifin)

100 g / 4 oz / 1 bolli saxaðar blandaðar hnetur

Flórsykur, sigtaður, til að strá yfir

Þeytið egg, sykur, olíu og vanilludrop. Blandið saman hveiti, matarsóda, kanil og salti og þeytið smátt og smátt. Bætið við gulrótum, ananas, kókos og valhnetum. Hellið í smurt og hveitistráð 25cm/10 kökuform (bökunarform) og bakið í forhituðum ofni við 160°C/325°F/gasmark 3 í 1¼ klukkustund þar til teini sem stungið er í miðjuna kemur hreinn út. Látið kólna á pönnunni í 10 mínútur áður en það er sett á grind til að klára kælingu. Stráið flórsykri yfir áður en borið er fram.

Gulrótar- og pistasíukaka

Gerir 23 cm / 9 köku

100 g / 4 oz / ½ bolli smjör eða smjörlíki, mildað

100 g / 4 oz / ½ bolli flórsykur (ofurfínn)

2 egg

225 g / 8 oz / 2 bollar venjulegt hveiti (allur tilgangur)

5 ml / 1 tsk matarsódi (natríumbíkarbónat)

5 ml / 1 tsk mala kardimommur

225 g/8 oz gulrætur, rifnar

50 g / 2 oz / ½ bolli pistasíuhnetur, saxaðar

50 g / 2 oz / ½ bolli malaðar möndlur

100 g / 4 oz / 2/3 bolli sultanas (gylltar rúsínur)

Þeytið smjör eða smjörlíki og sykur þar til létt og ljóst. Þeytið eggin smám saman, þeytið vel eftir hverja viðbót, bætið við hveiti, matarsóda og kardimommum. Bætið við gulrótum, valhnetum, möluðum möndlum og rúsínum. Hellið blöndunni í smurt og klætt 23cm/9 kökuform (bökunarplötu) og bakið í forhituðum ofni við 180°C/350°F/gasmark 4 í 40 mínútur þar til hún er vel lyft og gullinbrún og teygjanlegt viðkomu. .

Gulrótar- og valhnetukaka

Gerir 23 cm / 9 köku

200 ml / 7 fl oz / lítill 1 bolli olía

4 egg

225 g / 8 oz / 2/3 bolli létt hunang

225 g / 8 oz / 2 bollar heilhveiti (heilhveiti)

10 ml / 2 tsk lyftiduft

2,5 ml / ½ tsk matarsódi (matarsódi)

Smá salt

5 ml / 1 tsk vanillukjarna (þykkni)

175 g / 6 oz gulrætur, gróft rifnar

175 g / 6 oz / 1 bolli rúsínur

100 g / 4 oz / 1 bolli valhnetur, smátt saxaðar

Blandið saman olíu, eggjum og hunangi. Blandið öllum hráefnunum sem eftir eru smám saman saman og þeytið þar til það hefur blandast vel saman. Hellið í smurt og hveitistráð 23cm/9 kökuform (bökunarform) og bakið í forhituðum ofni við 180°C/350°F/gasmark 4 í 1 klukkustund þar til teini sem stungið er í miðjuna kemur hreinn út.

Krydd gulrótarkaka

Gerir 18cm/7 köku

175 g / 6 oz / 1 bolli döðlur

120 ml / 4 fl oz / ½ bolli vatn

175 g / 6 oz / ¾ bolli smjör eða smjörlíki, mýkt

2 egg, létt þeytt

225 g / 8 oz / 2 bollar sjálfhækkandi hveiti (sjálfhækkandi)

175 g / 6 oz gulrætur, fínt rifnar

25 g / 1 oz / ¼ bolli malaðar möndlur

Rifinn börkur af 1 appelsínu

2,5 ml / ½ tsk malað krydd (eplakaka)

2,5 ml / ½ teskeið af kanildufti

2,5 ml / ½ teskeið malað engifer

Fyrir kökuna (kremið):

350 g / 12 oz / 1½ bolli kvarkur

25 g / 1 oz / 2 matskeiðar smjör eða smjörlíki, mildað

Rifinn börkur af 1 appelsínu

Setjið döðlurnar og vatnið á litla pönnu, látið suðuna koma upp og eldið í 10 mínútur þar til þær eru mjúkar. Takið úr og fleygið steinunum (pitunum) og saxið döðlurnar smátt. Blandið döðlunum og vökvanum, smjöri eða smjörlíki og eggjum saman þar til það verður rjómakennt. Sameina allt sem eftir er af kökuhráefninu. Hellið blöndunni í smurt og klætt 18cm/7 kökuform (bökunarform) og bakið í forhituðum ofni við 180°C/350°F/gasmark 4 í 1 klukkustund þar til teini sem stungið er í miðjuna kemur hreinn út. Látið kólna á pönnunni í 10 mínútur áður en það er sett á grind til að klára kælingu.

Til að gera áleggið, þeytið öll innihaldsefnin þar til þú nærð smurhæfri samkvæmni, bætið við smá appelsínusafa eða vatni ef þarf. Skerið kökuna í tvennt lárétt, setjið lögin saman við helminginn af frostinu og dreifið restinni ofan á.

Gulrótar- og púðursykurskaka

Gerir 18cm/7 köku

5 egg, aðskilin

200 g / 7 oz / lítill 1 bolli mjúkur púðursykur

15 ml / 1 matskeið sítrónusafi

300 g/10 oz gulrætur, rifnar

225 g / 8 oz / 2 bollar malaðar möndlur

25 g / 1 oz / ¼ bolli heilhveiti (heilhveiti)

5 ml / 1 teskeið af kanildufti

25 g / 1 oz / 2 matskeiðar bráðið smjör eða smjörlíki

25 g / 1 oz / 2 matskeiðar flórsykur (ofurfínn)

30 ml / 2 matskeiðar stakur rjómi (létt)

75 g / 3 oz / ¾ bolli saxaðar blandaðar hnetur

Þeytið eggjarauðurnar þar til þær eru froðukenndar, bætið sykrinum saman við þar til þær eru sléttar og sítrónusafanum.

Blandið þriðjungi af gulrótunum saman við, síðan þriðjungi af möndlunum og haltu svona áfram þar til þær eru allar blandaðar saman. Bætið hveiti og kanil út í. Þeytið eggjahvíturnar þar til þær eru stífar og blandið þeim síðan saman við blönduna með málmskeið. Skiptið í smurt og klætt 18cm/7 djúpt kökuform (bökunarform) og bakað í forhituðum ofni við 180°C/350°F/gasmark 4 í 1 klukkustund. Hyljið kökuna létt með bökunarpappír (vaxið) og lækkið ofnhitann í 160°C/325°F/gasmark 3 í 15 mínútur í viðbót eða þar til kakan hefur minnkað örlítið á hliðum formsins og miðjan er kyrr. rakt. Látið kökuna vera í forminu þar til hún hitnar og snúið henni svo út til að klára að kólna.

Bætið bræddu smjöri eða smjörlíki, sykri, rjóma og valhnetum út í, hellið yfir kökuna og bakið í meðalstórum ofni (grill) þar til hún er gullin.

Kúrbít og mergurkaka

Gerir 20 cm / 8 köku

225 g / 8 oz / 1 bolli flórsykur (ofurfínn)

2 þeytt egg

120 ml / 4 fl oz / ½ bolli olía

100 g / 4 oz / 1 bolli venjulegt hveiti (allur tilgangur)

5 ml / 1 tsk lyftiduft

2,5 ml / ½ tsk matarsódi (matarsódi)

2,5 ml / ½ teskeið salt

100 g/4 oz kúrbít (kúrbít), rifinn

100 g / 4 oz mulinn ananas

50 g / 2 oz / ½ bolli valhnetur, saxaðar

5 ml / 1 tsk vanillukjarna (þykkni)

Þeytið sykur og egg þar til létt og vel blandað saman. Bætið ólífuolíu út í og síðan þurrefnunum. Bætið kúrbítnum, ananas, valhnetum og vanilludropum út í. Hellið í smurt og hveitistráð 20cm/8 kökuform (bökunarform) og bakið í forhituðum ofni við 180°C/350°F/gasmark 4 í 1 klukkustund þar til teini sem stungið er í miðjuna kemur hreinn út. Látið kólna í forminu í 30 mínútur áður en það er sett á grind til að klára kælingu.

Kúrbít og appelsínukaka

Gerir 25 cm / 10 köku

225 g/8 oz/1 bolli smjör eða smjörlíki, mildað

450 g / 1 lb / 2 bollar mjúkur púðursykur

4 egg, létt þeytt

275 g / 10 oz / 2½ bollar venjulegt hveiti (allur tilgangur)

15 ml / 1 matskeið lyftiduft

2,5 ml / ½ teskeið salt

5 ml / 1 teskeið af kanildufti

2,5 ml / ½ tsk rifinn múskat

Klípa af möluðum negul

Rifinn hýði og safi úr 1 appelsínu

225 g / 8 oz / 2 bollar kúrbít (kúrbít), rifinn

Þeytið smjör eða smjörlíki og sykur þar til létt og ljóst. Þeytið eggin smám saman og bætið síðan hveiti, geri, salti og kryddi út í, til skiptis með appelsínuberki og safa. Bætið kúrbítnum út í. Hellið í smurt og klætt 25cm/10 kökuform (bökunarform) og bakið í forhituðum ofni við 180°C/350°F/gasmark 4 í 1 klukkustund þar til það er gullið og fjaðrandi að snerta. Ef toppurinn fer að brúnast of mikið undir lok eldunar skaltu hylja með smjörpappír (vaxpappír).

Krydduð kúrbítskaka

Gerir 25 cm / 10 köku

350 g / 12 oz / 3 bollar venjulegt hveiti (allur tilgangur)

10 ml / 2 tsk lyftiduft

7,5 ml / 1½ teskeið af möluðum kanil

5 ml / 1 tsk matarsódi (natríumbíkarbónat)

2,5 ml / ½ teskeið salt

8 eggjahvítur

450 g / 1 lb / 2 bollar flórsykur (ofurfínn)

100 g / 4 oz / 1 bolli eplamósa (sósa)

120 ml / 4 fl oz / ½ bolli súrmjólk

15 ml / 1 matskeið vanillukjarna (þykkni)

5 ml / 1 tsk fínt rifinn appelsínubörkur

350 g / 12 oz / 3 bollar kúrbít (kúrbít), rifinn

75 g / 3 oz / ¾ bolli valhnetur, saxaðar

Upp á þak:

100 g / 4 oz / ½ bolli rjómaostur

25 g / 1 oz / 2 matskeiðar smjör eða smjörlíki, mildað

5 ml / 1 tsk fínt rifinn appelsínubörkur

10 ml / 2 tsk appelsínusafi

350 g / 12 oz / 2 bollar flórsykur, sigtaður

Blandið þurrefnunum saman. Þeytið eggjahvíturnar þar til þær mynda mjúka toppa. Þeytið sykurinn rólega út í, síðan eplasósu, súrmjólk, vanilluþykkni og appelsínubörk. Bætið við hveitiblöndunni, síðan kúrbítnum og valhnetunum. Hellið í smurt og hveitistráð 25cm/10 kökuform (bökunarform) og bakið í forhituðum ofni við 150°C/300°F/gasmark 2 í 1 klukkustund þar til teini sem stungið er í miðjuna kemur hreinn út. Látið kólna á pönnunni.

Þeytið allt hráefni í frosting þar til það er slétt, bætið við nægum sykri til að hægt sé að smyrja það. Dreifið yfir kælda köku.

graskerkaka

Gerir köku sem er 23 x 33 cm / 9 x 13

450 g / 1 lb / 2 bollar flórsykur (ofurfínn)

4 þeytt egg

375 ml / 13 fl oz / 1½ bollar olía

350 g / 12 oz / 3 bollar venjulegt hveiti (allur tilgangur)

15 ml / 1 matskeið lyftiduft

10 ml / 2 tsk matarsódi (natríumbíkarbónat)

10 ml / 2 tsk af kanildufti

2,5 ml / ½ teskeið malað engifer

Smá salt

225 g/8 oz soðið grasker í teningum

100 g / 4 oz / 1 bolli valhnetur, saxaðar

Þeytið sykurinn og eggin þar til þau hafa blandast vel saman og bætið síðan ólífuolíu út í. Blandið hinum hráefnunum saman. Setjið skeið í smurt og hveitistráð 23 x 33 cm/9 x 13 bökunarform (steikingarplata) og bakið í forhituðum ofni við 180°C/350°F/gasmark 4 í 1 klukkustund þar til teini stungið í miðjuna. komið hreint út.

Ávaxtagraskerkaka

Gerir 20 cm / 8 köku

100 g / 4 oz / ½ bolli smjör eða smjörlíki, mildað

150 g / 5 oz / 2/3 bolli mjúkur púðursykur

2 egg, létt þeytt

225 g/8 oz kalt soðið grasker

30 ml / 2 matskeiðar gullsíróp (létt maís)

225 g / 8 oz 1/1/3 bollar blandaðir þurrkaðir ávextir (ávaxtakökublanda)

225 g / 8 oz / 2 bollar sjálfhækkandi hveiti (sjálfhækkandi)

50 g / 2 oz / ½ bolli klíð

Þeytið smjör eða smjörlíki og sykur þar til létt og ljóst. Þeytið eggin smám saman og bætið svo afganginum út í. Flyttu yfir í smurt og skeiðklætt 20 cm/8 form og bakaðu í forhituðum ofni við 160°C/325°F/gasmark 3 í 1¼ klukkustund þar til tannstöngull sem stungið er í miðjuna kemur hreinn út.

Krydduð graskersrúlla

Gerir 30 cm/12 tommu rúllu.

75 g / 3 oz / ¾ bolli venjulegt hveiti (alhliða)

5 ml / 1 tsk matarsódi (natríumbíkarbónat)

5 ml / 1 tsk engiferduft

2,5 ml / ½ tsk rifinn múskat

10 ml / 2 tsk af kanildufti

Smá salt

1 egg

225 g / 8 oz / 1 bolli flórsykur (ofurfínn)

100 g/4 oz soðið grasker, skorið í teninga

5 ml / 1 tsk sítrónusafi

4 eggjahvítur

50 g / 2 oz / ½ bolli valhnetur, saxaðar

50 g / 2 oz / 1/3 bolli flórsykur, sigtaður

Fyrir fyllinguna:

175 g / 6 oz / 1 bolli flórsykur, sigtaður

100 g / 4 oz / ½ bolli rjómaostur

2,5 ml / ½ tsk vanillukjarna (þykkni)

Blandið saman hveiti, matarsóda, kryddi og salti. Þeytið eggið þar til það er þykkt og fölt, þeytið síðan sykurinn út í þar til það er ljóst og rjómakennt. Bætið graskerinu og sítrónusafanum út í. Bætið hveitiblöndunni út í. Þeytið eggjahvíturnar í hreinni skál þar til þær eru stífar. Blandið kökublöndunni saman við og smyrjið í smurt og klætt 30 x 12 cm / 12 x 8 svissneskur rúllupönnu (hlaiuprúlluform) og stráið valhnetunum ofan á. Bakið í forhituðum ofni við 190°C/375°F/gasmark 5 í 10 mínútur þar til það er mjúkt að snerta. Sigtið flórsykurinn á hreint viskustykki og hvolfið kökunni ofan á handklæðið. Fjarlægðu fóðrið og pakkaðu kökunni og handklæðinu inn og láttu kólna.

Til að búa til fyllinguna, þeytið sykurinn smám saman út í rjómaostinn og vanilludropinn þar til þú færð smurhæfa blöndu. Rúllið kökunni út og dreifið fyllingunni ofan á. Pakkið kökunni aftur inn og setjið í kæli áður en hún er borin fram, stráið aðeins meiri flórsykri yfir.

Rabarbara- og hunangskaka

Gerir tvær 450g/1lb kökur

250 g / 9 oz / ¾ bolli glært hunang

100 ml / 4 fl oz / ½ bolli olía

1 egg

5 ml / 1 tsk matarsódi (natríumbíkarbónat)

60 ml / 4 matskeiðar af vatni

350 g / 12 oz / 3 bollar heilhveiti (heilhveiti)

10 ml / 2 tsk salt

350 g/12 oz rabarbari, smátt saxaður

5 ml / 1 tsk vanillukjarna (þykkni)

50 g / 2 oz / ½ bolli saxaðar blandaðar hnetur (valfrjálst)

Upp á þak:

75 g / 3 oz / 1/3 bolli muscovado sykur

5 ml / 1 teskeið af kanildufti

15 g / ½ oz / 1 matskeið smjör eða smjörlíki, mildað

Blandið hunangi og olíu saman. Bætið egginu út í og þeytið vel. Bætið matarsódanum út í vatnið og látið það leysast upp. Blandið saman hveiti og salti. Bætið við hunangsblönduna til skiptis við matarsódablönduna. Hrærið rabarbaranum, vanilluþykkni og valhnetum saman við ef þú notar. Hellið í tvö smurð 450g/1lb brauðform (form). Blandið hráefninu saman við og dreifið yfir kökublönduna. Bakið í forhituðum ofni við 180°C/350°F/gasmark 4 í 1 klukkustund þar til það er mjúkt viðkomu.

sætkartöfluköku

Gerir 23 cm / 9 köku

300 g / 11 oz / 2¾ bollar venjulegt hveiti (allur tilgangur)

15 ml / 1 matskeið lyftiduft

5 ml / 1 teskeið af kanildufti

5 ml / 1 tsk rifinn múskat

Smá salt

350 g / 12 oz / 1¾ bollar flórsykur (ofurfínn)

375 ml / 13 fl oz / 1½ bollar olía

60 ml / 4 matskeiðar soðið vatn

4 aðskilin egg

225 g sæt kartöflur, skrældar og gróft rifnar

100 g / 4 oz / 1 bolli saxaðar blandaðar hnetur

5 ml / 1 tsk vanillukjarna (þykkni)

Fyrir kökuna (kremið):

225 g / 8 oz / 11/3 bollar flórsykur, sigtaður

50 g / 2 oz / ¼ bolli smjör eða smjörlíki, mildað

250 g / 9 oz / 1 meðalstór skál rjómaostur

50 g / 2 oz / ½ bolli saxaðar blandaðar hnetur

Klípa af kanildufti til að strá yfir

Blandið saman hveiti, lyftidufti, kanil, múskati og salti. Þeytið sykurinn og ólífuolíuna saman við, bætið síðan sjóðandi vatninu út í og þeytið þar til slétt er. Bætið eggjarauðunum og hveitiblöndunni saman við og blandið þar til það hefur blandast vel saman. Bætið sætu kartöflunni, valhnetunum og vanilludropum út í. Þeytið eggjahvíturnar þar til þær eru stífar og blandið þeim svo saman við blönduna. Hellið í tvö smurð og hveitistráð 23cm/9 kökuform (bökunarform) og bakið í forhituðum ofni við 180°C/350°F/gasmark 4 í 40 mínútur þar til það verður fjörlegt viðkomu. Látið kólna í formunum í 5 mínútur og setjið svo inn í ofn til að klára kælingu.

Blandið saman flórsykri, smjöri eða smjörlíki og helmingnum af rjómaostinum. Dreifið helmingnum af rjómaostinum sem eftir er yfir köku og dreifið síðan frostinu yfir ostinn. Smurðu kökunum saman. Dreifið afganginum af rjómaosti ofan á og stráið valhnetum og kanil yfir áður en borið er fram.

Ítölsk möndlukaka

Gerir 20 cm / 8 köku

1 egg

150 ml / ¼ pt / 2/3 bolli mjólk

2,5 ml / ½ tsk möndlukjarni (þykkni)

45 ml / 3 matskeiðar brætt smjör

350 g / 12 oz / 3 bollar venjulegt hveiti (allur tilgangur)

100 g / 4 oz / ½ bolli flórsykur (ofurfínn)

10 ml / 2 tsk lyftiduft

2,5 ml / ½ teskeið salt

1 eggjahvíta

100 g / 4 oz / 1 bolli möndlur, saxaðar

Þeytið eggið í skál og bætið mjólkinni, möndluþykkni og bræddu smjöri smátt og smátt saman við og þeytið stöðugt. Bætið hveiti, sykri, geri og salti út í og haltu áfram að hræra þar til það er slétt. Færið yfir í smurt og klætt 20cm/8 kökuform (bökunarplötu). Þeytið eggjahvítuna þar til hún er froðukennd, penslið ríkulega yfir kökuna og stráið möndlum yfir. Bakið í forhituðum ofni við 220°C/425°F/gasmark 7 í 25 mínútur þar til það er gullið og fjaðrandi að snerta.

Möndlu- og kaffiterta

Gerir 23 cm / 9 köku

8 egg, aðskilin

175 g / 6 oz / ¾ bolli flórsykur (ofurfínn)

60 ml / 4 matskeiðar sterkt svart kaffi

175 g / 6 oz / 1½ bolli malaðar möndlur

45 ml / 3 matskeiðar semolina (hveitikrem)

100 g / 4 oz / 1 bolli venjulegt hveiti (allur tilgangur)

Þeytið eggjarauður og sykur þar til það er mjög þykkt og rjómakennt. Bætið kaffinu, möluðu möndlunum og grjóninu út í og þeytið vel. Bætið hveitinu út í. Þeytið eggjahvíturnar þar til þær eru stífar og blandið þeim svo saman við blönduna. Flyttu yfir á smurða 23cm/9 pönnu (bökunarplötu) og bakaðu í forhituðum ofni við 180°C/350°F/gasmark 4 í 45 mínútur þar til það verður fjörlegt viðkomu.

Möndlu- og hunangskaka

Gerir 20 cm / 8 köku

225 g/8 oz gulrætur, rifnar

75 g / 3 oz / ¾ bolli möndlur, saxaðar

2 þeytt egg

100 ml / 4 fl oz / ½ bolli glært hunang

60 ml / 4 matskeiðar olía

150 ml / ¼ pt / 2/3 bolli mjólk

150 g / 5 oz / 1¼ bollar heilhveiti (heilhveiti)

10 ml / 2 tsk salt

10 ml / 2 tsk matarsódi (natríumbíkarbónat)

15 ml / 1 matskeið af kanilldufti

Blandið saman gulrótum og valhnetum. Þeytið eggin með hunangi, olíu og mjólk og bætið út í gulrótarblönduna. Blandið saman hveiti, salti, matarsóda og kanil og bætið út í gulrótarblönduna. Hellið blöndunni í smurt og skeiðklætt 20cm/8 ferningsform og bakið í forhituðum ofni við 150°C/300°F/gasmark 2 í 1¾ klukkustund þar til teini sem stungið er í miðjuna kemur hreinn út. Látið kólna í forminu í 10 mínútur áður en það er tekið úr forminu.

Möndlu- og sítrónukaka

Gerir 23 cm / 9 köku

25 g / 1 oz / ¼ bolli flögaðar möndlur (hakkaðar)

100 g / 4 oz / ½ bolli smjör eða smjörlíki, mildað

100 g / 4 oz / ½ bolli mjúkur púðursykur

2 þeytt egg

100 g / 4 oz / 1 bolli sjálfhækkandi hveiti (sjálfhækkandi)

Rifinn börkur af 1 sítrónu

Fyrir sírópið:

75 g / 3 oz / 1/3 bolli flórsykur (ofurfínn)

45–60 ml / 3–4 matskeiðar sítrónusafi

Smyrjið og klæðið 23cm / 9 kökuform og stráið möndlunum yfir botninn. Þeytið smjörið og púðursykurinn saman. Bætið eggjunum út í, einu í einu, og bætið við hveiti og sítrónuberki. Hellið í tilbúna pönnuna og jafnið yfirborðið. Bakið í forhituðum ofni við 180°C/350°F/gasmark 4 í 20–25 mínútur þar til það er vel lyft og fjaðrandi viðkomu.

Á meðan, hitið flórsykurinn og sítrónusafann á pönnu, hrærið af og til þar til sykurinn leysist upp. Takið kökuna úr ofninum og látið kólna í 2 mínútur og setjið hana svo inn í ofn á vírgrind með botninn upp. Hellið sírópinu yfir og látið það kólna alveg.

Möndlukaka með appelsínu

Gerir 20 cm / 8 köku

225 g/8 oz/1 bolli smjör eða smjörlíki, mildað

225 g / 8 oz / 1 bolli flórsykur (ofurfínn)

4 aðskilin egg

225 g / 8 oz / 2 bollar venjulegt hveiti (allur tilgangur)

10 ml / 2 tsk lyftiduft

50 g / 2 oz / ½ bolli malaðar möndlur

5 ml / 1 tsk rifinn appelsínubörkur

Þeytið smjör eða smjörlíki og sykur þar til létt og ljóst. Þeytið eggjarauður út í, bætið hveiti, lyftidufti, möluðum möndlum og appelsínuberki út í. Þeytið eggjahvíturnar þar til þær eru stífar og blandið þeim saman við blönduna með málmskeið. Færið í smurt og skeiðklætt 20 cm/8 form og bakið í forhituðum ofni við 180°C/350°F/gasmark 4 í 1 klukkustund þar til tannstöngull sem stungið er í miðjuna kemur hreinn út.

Rík möndlukaka

Gerir 18cm/7 köku

100 g / 4 oz / ½ bolli smjör eða smjörlíki, mildað

150 g / 5 oz / 2/3 bolli flórsykur (ofurfínn)

3 egg, létt þeytt

75 g / 3 oz / ¾ bolli malaðar möndlur

50 g / 2 oz / ½ bolli venjulegt hveiti (allur tilgangur)

Nokkrir dropar af möndluþykkni (útdráttur)

Þeytið smjör eða smjörlíki og sykur þar til létt og ljóst. Þeytið eggin smám saman og bætið svo möluðu möndlunum, hveiti og möndluþykkni út í. Hellið í smurt og klætt 18cm/7 kökuform (bökunarform) og bakið í forhituðum ofni við 180°C/350°F/gasmark 4 í 45 mínútur þar til það er fjörlegt viðkomu.

Sænsk makrónukaka

Gerir 23 cm / 9 köku

100 g / 4 oz / 1 bolli malaðar möndlur

75 g / 3 oz / 1/3 bolli kornsykur

5 ml / 1 tsk lyftiduft

2 stórar eggjahvítur, þeyttar

Blandið möndlunum, sykrinum og gerinu saman. Bætið eggjahvítunum saman við þar til þú færð þykk og slétt blanda. Hellið í smurt og klætt 23cm/9 samlokuform (bökunarplötu) og bakið í forhituðum ofni við 160°C/325°F/gasmark 3 í 20–25 mínútur þar til það hefur lyft sér og gullið. Takið mjög varlega af forminu þar sem kakan er viðkvæm.

Kókosbrauð

Gerir 450 g / 1 lb brauð

100 g / 4 oz / 1 bolli sjálfhækkandi hveiti (sjálfhækkandi)

225 g / 8 oz / 1 bolli flórsykur (ofurfínn)

100 g / 4 oz / 1 bolli þurrkuð kókos (rifin)

1 egg

120 ml / 4 fl oz / ½ bolli mjólk

Smá salt

Blandið öllu hráefninu vel saman og setjið í smurt og fóðrað 450g/1lb brauðform (pönnu). Bakið í forhituðum ofni við 180°C/350°F/gasmark 4 í um það bil 1 klukkustund þar til það er gullið og fjaðrandi að snerta.

Kókos kaka

Gerir 23 cm / 9 köku

75 g / 3 oz / 1/3 bolli smjör eða smjörlíki

150 ml / ¼ pt / 2/3 bolli mjólk

2 egg, létt þeytt

225 g / 8 oz / 1 bolli flórsykur (ofurfínn)

150 g / 5 oz / 1¼ bollar sjálfhækkandi hveiti (sjálfhækkandi)

Smá salt

Upp á þak:

100 g / 4 oz / ½ bolli smjör eða smjörlíki

75 g / 3 oz / ¾ bolli þurrkuð kókos (rifin)

60 ml / 4 matskeiðar glært hunang

45 ml / 3 matskeiðar mjólk

50 g / 2 oz / ¼ bolli mjúkur púðursykur

Bræðið smjörið eða smjörlíkið í mjólkinni og látið kólna aðeins. Þeytið eggin og flórsykurinn þar til létt og froðukennt og bætið síðan smjör- og mjólkurblöndunni út í. Bætið hveiti og salti saman við til að fá mjög fína blöndu. Hellið í smurt og klætt 23cm/9 kökuform (bökunarform) og bakið í forhituðum ofni við 180°C/350°F/gasmark 4 í 40 mínútur þar til það er gullið og fjaðrandi að snerta.

Á meðan, láttu suðuna koma upp á pönnu. Takið heita kökuna úr mótinu og dreypið áleggsblöndunni yfir. Settu undir heitt grill (broiler) í nokkrar mínútur þar til áleggið byrjar að brúnast.

Gull kókos kaka

Gerir 20 cm / 8 köku

100 g / 4 oz / ½ bolli smjör eða smjörlíki, mildað

200 g / 7 oz / lítill 1 bolli flórsykur (ofurfínn)

200 g / 7 oz / 1¾ bollar venjulegt hveiti (allur tilgangur)

10 ml / 2 tsk lyftiduft

Smá salt

175 ml / 6 fl oz / ¾ bolli mjólk

3 eggjahvítur

Fyrir fyllinguna og áleggið:

150 g / 5 oz / 1¼ bollar þurrkuð kókos (rifin)

200 g / 7 oz / lítill 1 bolli flórsykur (ofurfínn)

120 ml / 4 fl oz / ½ bolli mjólk

120 ml / 4 fl oz / ½ bolli vatn

3 eggjarauður

Þeytið smjör eða smjörlíki og sykur þar til létt og ljóst. Bætið hveiti, geri og salti út í blönduna, til skiptis ásamt mjólkinni og vatni, þar til þú færð einsleitt deig. Þeytið eggjahvíturnar þar til þær eru stífar og blandið þeim svo saman við deigið. Hellið blöndunni í tvö smurð 20cm/8 kökuform (form) og bakið í forhituðum ofni við 180°C/350°F/gasmark 4 í 25 mínútur þar til það verður fjörlegt viðkomu. Látið kólna.

Blandið kókos, sykri, mjólk og eggjarauðu saman í lítinn pott. Hitið við vægan hita í nokkrar mínútur þar til eggin eru soðin, hrærið stöðugt í. Látið kólna. Smurðu kökunum saman við helminginn af kókosblöndunni og helltu svo restinni ofan á.

Kókos lagkaka

Gerir köku sem er 9 x 18 cm / 3½ x 7

100 g / 4 oz / ½ bolli smjör eða smjörlíki, mildað

175 g / 6 oz / ¾ bolli flórsykur (ofurfínn)

3 egg

175 g / 6 oz / 1½ bollar venjulegt hveiti (allur tilgangur)

5 ml / 1 tsk lyftiduft

175 g / 6 oz / 1 bolli sultanas (gylltar rúsínur)

120 ml / 4 fl oz / ½ bolli mjólk

6 venjuleg kex (kökur), mulið

100 g / 4 oz / ½ bolli mjúkur púðursykur

100 g / 4 oz / 1 bolli þurrkuð kókos (rifin)

Þeytið smjör eða smjörlíki og flórsykur þar til létt og ljóst. Þeytið tvö af eggjunum smám saman og bætið svo hveiti, lyftidufti og sultana saman við til skiptis ásamt mjólkinni. Hellið helmingnum af blöndunni í smurt og klætt 450g/1lb brauðform (bökunarplötu). Blandið egginu sem eftir er saman við smákökumola, púðursykur og kókos og stráið á pönnuna. Bætið restinni af blöndunni út í og setjið í forhitaðan ofn við 180°C/350°F/gasmark 4 í 1 klukkustund. Látið kólna á pönnunni í 30 mínútur og setjið síðan á grind til að klára kælingu.

Sítrónu og kókos kaka

Gerir 20 cm / 8 köku

100 g / 4 oz / ½ bolli smjör eða smjörlíki, mildað

75 g / 3 oz / 1/3 bolli mjúkur púðursykur

Rifinn börkur af 1 sítrónu

1 hrært egg

Nokkrir dropar af möndluþykkni (útdráttur)

350 g / 12 oz / 3 bollar sjálfhækkandi hveiti

60 ml / 4 matskeiðar hindberjasulta (geymsla)

Upp á þak:

1 hrært egg

75 g / 3 oz / 1/3 bolli mjúkur púðursykur

225 g / 8 oz / 2 bollar þurrkuð kókos (rifin)

Þeytið smjör eða smjörlíki, sykur og sítrónuberki þar til létt og ljóst. Þeytið egg- og möndlukjarna smám saman og blandið síðan hveitinu saman við. Hellið blöndunni í smurt og klætt 20cm/8 kökuform (bökunarform) Dreifið sultunni yfir blönduna. Þeytið hráefnin til áleggsins og dreifið yfir blönduna. Bakið í forhituðum ofni við 180°C/350°F/gasmark 4 í 30 mínútur þar til það er mjúkt að snerta. Látið kólna á pönnunni.

Nýárs kókoskaka

Gerir 18cm/7 köku

100 g / 4 oz / ½ bolli smjör eða smjörlíki, mildað

100 g / 4 oz / ½ bolli flórsykur (ofurfínn)

2 egg, létt þeytt

75 g / 3 oz / ¾ bolli venjulegt hveiti (alhliða)

45 ml / 3 matskeiðar þurrkuð kókos (rifin)

30 ml / 2 matskeiðar romm

Nokkrir dropar af möndluþykkni (útdráttur)

Nokkrir dropar af sítrónukjarna (útdráttur)

Þeytið smjör og sykur þar til létt og ljóst. Þeytið eggin smám saman og bætið svo hveiti og kókos saman við. Bætið romminu og essensunum út í. Hellið í smurt og klætt 18cm/7 mót (bökunarform) og jafnið yfirborðið. Bakið í forhituðum ofni við 190°C/375°F/gasmark 5 í 45 mínútur þar til teini sem stungið er í miðjuna kemur hreinn út. Látið kólna á pönnunni.

Kókos og Sultana kaka

Gerir 23 cm / 9 köku

100 g / 4 oz / ½ bolli smjör eða smjörlíki, mildað

175 g / 6 oz / ¾ bolli flórsykur (ofurfínn)

2 egg, létt þeytt

175 g / 6 oz / 1½ bollar venjulegt hveiti (allur tilgangur)

5 ml / 1 tsk lyftiduft

Smá salt

175 g / 6 oz / 1 bolli sultanas (gylltar rúsínur)

120 ml / 4 fl oz / ½ bolli mjólk

Fyrir fyllinguna:

1 egg, létt þeytt

50 g / 2 oz / ½ bolli venjulegur kexmola (kex)

100 g / 4 oz / ½ bolli mjúkur púðursykur

100 g / 4 oz / 1 bolli þurrkuð kókos (rifin)

Þeytið smjör eða smjörlíki og flórsykur þar til létt og ljóst. Blandið eggjunum smám saman út í. Blandið hveiti, lyftidufti, salti og sultana saman við nægilega mikið af mjólk til að fá slétt drýpur. Hellið helmingnum af blöndunni í smurt 23cm/9 kökuform (bökunarplötu). Blandið hráefninu í fyllinguna og hellið yfir blönduna og setjið afganginn af kökublöndunni yfir. Bakið í forhituðum ofni við 180°C/350°F/gasmark 4 í 1 klukkustund þar til það er fjaðrandi að snerta og farið að skreppa saman við hliðar formsins. Látið kólna á pönnunni áður en það er tekið úr forminu.

Valhnetukaka með stökku áleggi

Gerir 23 cm / 9 köku

225 g/8 oz/1 bolli smjör eða smjörlíki, mildað

225 g / 8 oz / 1 bolli flórsykur (ofurfínn)

2 egg, létt þeytt

225 g / 8 oz / 2 bollar venjulegt hveiti (allur tilgangur)

2,5 ml / ½ tsk matarsódi (matarsódi)

2,5 ml / ½ tsk rjómi af vínsteini

200 ml / 7 fl oz / lítill 1 bolli mjólk

Upp á þak:

100 g / 4 oz / 1 bolli saxaðar blandaðar hnetur

100 g / 4 oz / ½ bolli mjúkur púðursykur

5 ml / 1 teskeið af kanildufti

Þeytið smjör eða smjörlíki og flórsykur þar til létt og ljóst. Þeytið eggin smám saman út í og bætið hveiti, bíkarbónati af gosi og vínsteinsrjóma út í til skiptis ásamt mjólkinni. Hellið í smurt og klætt 23cm/9 kökuform (bökunarform). Blandið valhnetum, púðursykri og kanil saman og stráið ofan á kökuna. Bakið í forhituðum ofni við 180°C/350°F/gasmark 4 í 40 mínútur þar til það er gullbrúnt og minnkar niður hliðar formsins. Látið kólna á pönnunni í 10 mínútur og setjið síðan á grind til að klára kælingu.

Blandað valhnetukaka

Gerir 23 cm / 9 köku

100 g / 4 oz / ½ bolli smjör eða smjörlíki, mildað

225 g / 8 oz / 1 bolli flórsykur (ofurfínn)

1 hrært egg

225 g / 8 oz / 2 bollar sjálfhækkandi hveiti (sjálfhækkandi)

10 ml / 2 tsk lyftiduft

Smá salt

250 ml / 8 fl oz / 1 bolli mjólk

5 ml / 1 tsk vanillukjarna (þykkni)

2,5 ml / ½ tsk sítrónukjarni (þykkni)

100 g / 4 oz / 1 bolli saxaðar blandaðar hnetur

Þeytið smjör eða smjörlíki og sykur þar til létt og ljóst. Bætið egginu út í smátt og smátt. Blandið saman hveiti, geri og salti og bætið út í blönduna til skiptis ásamt mjólkinni og kjarnanum. Brjótið hnetunum saman við. Hellið í tvö smurð og klædd 23cm/9 kökuform (bökunarform) og bakið í forhituðum ofni við 180°F/350°F/gasmark 4 í 40 mínútur þar til teini sem stungið er í miðjuna kemur hreinn út.

Grísk valhnetukaka

Gerir 25 cm / 10 köku

100 g / 4 oz / ½ bolli smjör eða smjörlíki, mildað

225 g / 8 oz / 1 bolli flórsykur (ofurfínn)

3 egg, létt þeytt

250 g / 9 oz / 2¼ bollar venjulegt hveiti (allur tilgangur)

225 g / 8 oz / 2 bollar valhnetur, malaðar

10 ml / 2 tsk lyftiduft

5 ml / 1 teskeið af kanildufti

1,5 ml / ¼ teskeið malaður negull

Smá salt

75 ml / 5 matskeiðar af mjólk

Fyrir hunangssírópið:

175 g / 6 oz / ¾ bolli flórsykur (ofurfínn)

75 g / 3 oz / ¼ bolli ljós hunang

15 ml / 1 matskeið sítrónusafi

250 ml / 8 fl oz / 1 bolli sjóðandi vatn

Þeytið smjör eða smjörlíki og sykur þar til létt og ljóst. Þeytið eggin smám saman og bætið síðan hveiti, hnetum, lyftidufti, kryddi og salti út í. Bætið mjólkinni út í og blandið þar til það er slétt. Hellið í smurt og hveitistráð 25cm/10 kökuform (bökunarplötu) og bakið í forhituðum ofni við 180°C/350°F/gasmark 4 í 40 mínútur þar til það er fjörlegt viðkomu. Látið kólna á pönnunni í 10 mínútur, flytjið síðan yfir á vírgrind.

Til að búa til sírópið skaltu blanda saman sykri, hunangi, sítrónusafa og vatni og hita þar til það er uppleyst. Stingið heitu kökuna með gaffli og bætið svo hunangssírópinu út í með skeið.

Ísuð valhnetukaka

Gerir 18cm/7 köku

100 g / 4 oz / ½ bolli smjör eða smjörlíki, mildað

100 g / 4 oz / ½ bolli flórsykur (ofurfínn)

2 egg, létt þeytt

100 g / 4 oz / 1 bolli sjálfhækkandi hveiti (sjálfhækkandi)

100 g / 4 oz / 1 bolli valhnetur, saxaðar

Smá salt

Fyrir kökuna (kremið):

450 g / 1 lb / 2 bollar kornsykur

150 ml / ¼ pt / 2/3 bolli vatn

2 eggjahvítur

Nokkrir valhnetuhelmingar til að skreyta

Þeytið smjör eða smjörlíki og flórsykur þar til létt og ljóst. Þeytið eggin smám saman og bætið svo hveiti, hnetum og salti út í. Hellið blöndunni í tvö smurð og klædd 18cm/7 kökuform (form) og bakið í forhituðum ofni við 180°C/350°F/gasmark 4 í 25 mínútur þar til hún er vel lyft og fjaðrandi viðkomu. Látið kólna.

Leysið kornsykurinn upp í vatninu við vægan hita, hrærið stöðugt í, hitið að suðu og haldið áfram að sjóða, án þess að hræra í, þar til dropi af blöndunni myndar mjúka kúlu þegar hann er látinn falla í kalda vatnið. Á meðan þeytið þið eggjahvíturnar í hreinni skál þar til þær eru stífar. Hellið sírópinu yfir eggjahvítuna og þeytið þar til blandan er orðin nógu þykk til að hjúpa bakhlið skeiðar. Smurðu kökunum saman með sleikjulagi, dreifðu afgangnum yfir toppinn og hliðarnar á kökunni og skreyttu með valhnetuhelmingum.

Valhnetukaka með súkkulaðikremi

Gerir 18cm/7 köku

3 egg

75 g / 3 oz / 1/3 bolli mjúkur púðursykur

50 g / 2 oz / ½ bolli heilhveiti (heilhveiti)

25 g / 1 oz / ¼ bolli kakó (ósykrað súkkulaði) duft

Fyrir kökuna (kremið):

150 g / 5 oz / 1¼ bollar hreint súkkulaði (hálfsætt)

225 g / 8 oz / 1 bolli fituskertur rjómaostur

45 ml / 3 matskeiðar flórsykur, sigtaður

75 g / 3 oz / ¾ bolli valhnetur, saxaðar

15 ml / 1 matskeið brandy (valfrjálst)

Rifið súkkulaði til skrauts

Þeytið eggin með púðursykrinum þar til létt og þykkt. Bætið hveitinu og kakóinu út í. Hellið blöndunni í tvö smurð og klædd 18cm/7 samlokuform (bökunarform) og bakið í forhituðum ofni við 190°C/375°F/gasmark 5 í 15-20 mínútur þar til þær eru vel lyftar og teygjanlegar viðkomu. Takið úr forminu og látið kólna.

Bræðið súkkulaðið í hitaþolinni skál yfir pönnu með sjóðandi vatni. Takið af hellunni og hrærið rjómaostinum og flórsykrinum saman við, hrærið síðan valhnetunum og brandíinu út í, ef það er notað. Smurðu kökunum saman við mestu fyllinguna og dreifðu afganginum ofan á. Skreytið með rifnu súkkulaði.

Valhnetukaka með hunangi og kanil

Gerir 23 cm / 9 köku

225 g / 8 oz / 2 bollar venjulegt hveiti (allur tilgangur)

10 ml / 2 tsk lyftiduft

5 ml / 1 tsk matarsódi (natríumbíkarbónat)

5 ml / 1 teskeið af kanildufti

Smá salt

100 g / 4 oz / 1 bolli hrein jógúrt

75 ml / 5 matskeiðar olía

100 g / 4 oz / 1/3 bolli létt hunang

1 egg, létt þeytt

5 ml / 1 tsk vanillukjarna (þykkni)

Fyrir fyllinguna:

50 g / 2 oz / ½ bolli saxaðar valhnetur

225 g / 8 oz / 1 bolli mjúkur púðursykur

10 ml / 2 tsk af kanildufti

30 ml / 2 matskeiðar olía

Blandið saman þurrefnunum fyrir kökuna og gerið holu í miðjunni. Blandið restinni af kökuhráefnunum og blandið saman við þurrefnin. Blandið hráefninu fyrir fyllinguna. Hellið helmingnum af kökublöndunni í smurt og hveitistráð 23cm/9 form (bökunarform) og stráið helmingnum af fyllingunni yfir. Bætið afganginum af kökublöndunni út í, síðan af fyllingunni. Bakið í forhituðum ofni við 180°C/350°F/gasmark 4 í 30 mínútur þar til það er lyft og gullinbrúnt og farið að skreppa saman við hliðar formsins.

Möndlu- og hunangsstangir

Gerir 10

15 g/½ oz ferskt ger eða 20 ml/4 tsk þurrger

45 ml / 3 matskeiðar flórsykur (ofurfínn)

120 ml / 4 fl oz / ½ bolli heit mjólk

300 g / 11 oz / 2¾ bollar venjulegt hveiti (allur tilgangur)

Smá salt

1 egg, létt þeytt

50 g / 2 oz / ¼ bolli smjör eða smjörlíki, mildað

300 ml / ½ pt / 1¼ bollar tvöfaldur rjómi (þungur)

30 ml / 2 matskeiðar flórsykur, sigtaður

45 ml / 3 matskeiðar glært hunang

300 g / 11 oz / 2¾ bollar möndlur í flögum (hakkaðar)

Blandið gerinu, 5 ml / 1 tsk af flórsykri og smá af mjólkinni saman og látið standa á heitum stað í 20 mínútur þar til froðukennt. Blandið afganginum af sykrinum saman við hveiti og salti og gerið holu í miðjunni. Blandið smám saman egginu, smjörinu eða smjörlíkinu, gerblöndunni og afganginum af volgri mjólk út í og blandið þar til þú hefur mjúkt deig. Hnoðið á létt hveitistráðu yfirborði þar til það er slétt og teygjanlegt. Setjið í olíuskál, hyljið með olíuborinni plastfilmu (plastfilmu) og látið standa á heitum stað í 45 mínútur þar til tvöfaldast að stærð.

Hnoðið deigið aftur, fletjið því út og setjið í smurt 30 x 20 cm / 12 x 8 kökuform, stingið í það með gaffli, hyljið og látið standa á heitum stað í 10 mínútur.

Setjið 120 ml / ½ bolli þungan rjóma, flórsykurinn og hunangið í lítinn pott og látið suðuna koma upp. Takið af hitanum og hrærið möndlunum saman við. Dreifið yfir deigið og bakið í forhituðum ofni við 200°C/400°F/gasmark 6 í 20 mínútur þar til það er gullið og fjaðrandi að snerta, hyljið með vatnsheldum (vaxpappír) ef toppurinn fer að brúnast of mikið áður en lok matreiðslu. Takið úr mold og látið kólna.

Skerið kökuna í tvennt lárétt. Þeytið afganginn af rjómanum þar til hann er stífur og dreifið yfir neðri helming kökunnar. Hyljið helminginn af kökunni með möndlum og skerið í stangir.

Epli og sólberjamola

Það er búið að vera 12

175 g / 6 oz / 1½ bollar venjulegt hveiti (allur tilgangur)

5 ml / 1 tsk lyftiduft

Smá salt

175 g / 6 oz / ¾ bolli smjör eða smjörlíki

225 g / 8 oz / 1 bolli mjúkur púðursykur

100 g / 4 oz / 1 bolli rúllaðir hafrar

450 g/1 lb eldunar (böku) epli, afhýdd, kjarnhreinsuð og skorin í sneiðar

30 ml / 2 matskeiðar maísmjöl (maissterkja)

10 ml / 2 tsk af kanildufti

2,5 ml / ½ tsk rifinn múskat

2,5 ml / ½ tsk malað pipar

225 g / 8 oz sólber

Blandið saman hveiti, lyftidufti og salti og smyrjið smjöri eða smjörlíki. Bætið sykri og höfrum saman við. Setjið helminginn í botninn á smurðu og fóðruðu 25cm/9 ferningsformi með skeið. Blandið saman eplum, maísmjöli og kryddi og dreifið yfir. Toppið með sólberjum. Dreifið yfir restina af blöndunni og jafnið yfirborðið. Bakið í forhituðum ofni við 180°C/350°F/gasmark 4 í 30 mínútur þar til það er meyrt. Látið kólna og skerið í stangir.

Apríkósu- og hafrastangir

Það er búið að vera 24

75 g / 3 oz / ½ bolli þurrkaðar apríkósur

25 g / 1 oz / 3 matskeiðar sultanas (gylltar rúsínur)

250 ml / 8 fl oz / 1 bolli vatn

5 ml / 1 tsk sítrónusafi

150 g / 5 oz / 2/3 bolli mjúkur púðursykur

50 g / 2 oz / ½ bolli þurrkuð kókos (rifin)

50 g / 2 oz / ½ bolli venjulegt hveiti (allur tilgangur)

2,5 ml / ½ tsk matarsódi (matarsódi)

100 g / 4 oz / 1 bolli rúllaðir hafrar

50 g / 2 oz / ¼ bolli bráðið smjör

Setjið apríkósur, sultana, vatn, sítrónusafa og 30ml/2 msk púðursykur í lítinn pott og hitið við vægan hita þar til það þykknar. Bætið kókosnum út í og látið kólna. Blandið saman hveiti, matarsóda, höfrum og afganginum af sykri og bætið bræddu smjöri saman við. Þrýstið helmingnum af hafrablöndunni í botninn á smurðri 20cm/8 fermetra pönnu og dreifið apríkósublöndunni yfir. Setjið afganginn af hafrablöndunni yfir og þrýstið létt niður. Bakið í forhituðum ofni við 180°C/350°F/gasmark 4 í 30 mínútur þar til þær eru gullinbrúnar. Látið kólna og skerið í stangir.

Apríkósu crunchies

16

100 g / 4 oz / 2/3 bolli þurrkaðar apríkósur tilbúnar til að borða

120 ml / 4 fl oz / ½ bolli appelsínusafi

100 g / 4 oz / ½ bolli smjör eða smjörlíki

75 g / 3 oz / ¾ bolli heilhveiti (heilhveiti)

75 g / 3 oz / ¾ bolli valsaður hafrar

75 g / 3 oz / 1/3 bolli demerara sykur

Leggið apríkósur í bleyti í appelsínusafa í að minnsta kosti 30 mínútur þar til þær eru mjúkar, hellið af og saxið. Nuddaðu smjörinu eða smjörlíkinu inn í hveitið þar til blandan líkist brauðrasp. Bætið höfrunum og sykri út í. Þrýstið helmingnum af blöndunni í smurða 30 x 20 cm / 12 x 8 svissneska rúllupönnu (hlauppönnu) og stráið apríkósunum yfir. Dreifið afganginum af blöndunni yfir og þrýstið varlega niður. Bakið í forhituðum ofni við 180°C/350°F/gasmark 4 í 25 mínútur þar til þær eru gullinbrúnar. Látið kólna í forminu áður en það er rúllað út og skorið í stangir.

Bananahnetustangir

Gerir um 14

50 g / 2 oz / ¼ bolli smjör eða smjörlíki, mildað

75 g / 3 oz / 1/3 bolli stuðull (ofurfínn) eða mjúkur púðursykur

2 stórir bananar, saxaðir

175 g / 6 oz / 1½ bollar venjulegt hveiti (allur tilgangur)

7,5 ml / 1½ tsk lyftiduft

2 þeytt egg

50 g / 2 oz / ½ bolli valhnetur, gróft saxaðar

Þeytið smjör eða smjörlíki og sykur saman. Maukið bananana og bætið út í blönduna. Blandið saman hveitinu og gerinu. Bætið hveiti, eggjum og hnetum við bananablönduna og þeytið vel. Flyttu yfir í smurt og skeiðklætt 18 x 28 cm/7 x 11 kökuform, jafnaðu yfirborðið og bakaðu í forhituðum ofni við 160°C/325°F/gasmark 3 í 30–35 mínútur þar til það er teygjanlegt viðkomu. . Látið það kólna í nokkrar mínútur á pönnunni og setjið það svo inn í ofninn til að klára að kólna. Skerið í um 14 stangir.

Amerískar brownies

Gerir um 15

2 stór egg

225 g / 8 oz / 1 bolli flórsykur (ofurfínn)

50 g / 2 oz / ¼ bolli bráðið smjör eða smjörlíki

2,5 ml / ½ tsk vanillukjarna (þykkni)

75 g / 3 oz / ¾ bolli venjulegt hveiti (alhliða)

45 ml / 3 matskeiðar kakóduft (ósykrað súkkulaði).

2,5 ml / ½ tsk lyftiduft

Smá salt

50 g / 2 oz / ½ bolli valhnetur, gróft saxaðar

Þeytið eggin með sykrinum þar til þau eru þykk og rjómalöguð. Bætið smjöri og vanilludropum út í. Sigtið hveiti, kakó, lyftiduft og salt og blandið saman við blönduna með hnetunum. Snúðu í vel smurt 20cm/8 fermetra form. Bakið í forhituðum ofni við 180°C/350°F/gasmark 4 í 40–45 mínútur þar til þær eru mjúkar að snerta. Látið vera á pönnunni í 10 mínútur, skerið í ferninga og setjið yfir á grind á meðan það er enn heitt.

Súkkulaði fudge brownies

Gerir um 16

225 g / 8 oz / 1 bolli smjör eða smjörlíki

175 g / 6 oz / ¾ bolli kornsykur

350 g / 12 oz / 3 bollar sjálfhækkandi hveiti

30 ml / 2 matskeiðar kakóduft (ósykrað súkkulaði).

Fyrir kökuna (kremið):

175 g / 6 oz / 1 bolli flórsykur, sigtaður

30 ml / 2 matskeiðar kakóduft (ósykrað súkkulaði).

Sjóðandi vatn

Bræðið smjörið eða smjörlíkið og bætið við strásykrinum. Bætið hveitinu og kakóinu út í. Þrýstið á fóðraða 18 x 28 cm / 7 x 11 mót (bökunarplötu). Bakið í forhituðum ofni við 180°C/350°F/gasmark 4 í um það bil 20 mínútur þar til það er mjúkt að snerta.

Til að gera kremið, sigtið flórsykurinn og kakóið í skál og bætið við dropa af sjóðandi vatni. Hrærið þar til það hefur blandast vel saman, bætið við dropa eða meira af vatni ef þarf. Frystið brownies á meðan þær eru enn heitar (en ekki heitar) og látið þær kólna áður en þær eru skornar í ferninga.

Valhnetu- og súkkulaðibrúnkökur

Það er búið að vera 12

50 g / 2 oz / ½ bolli hreint súkkulaði (hálfsætt)

75 g / 3 oz / 1/3 bolli smjör eða smjörlíki

225 g / 8 oz / 1 bolli flórsykur (ofurfínn)

75 g / 3 oz / ¾ bolli venjulegt hveiti (alhliða)

75 g / 3 oz / ¾ bolli valhnetur, saxaðar

50 g / 2 oz / ½ bolli súkkulaðiflögur

2 þeytt egg

2,5 ml / ½ tsk vanillukjarna (þykkni)

Bræðið súkkulaði og smjör eða smjörlíki í hitaþolinni skál yfir potti með sjóðandi vatni. Takið af hitanum og hrærið restinni af hráefninu saman við. Flyttu yfir í smurða og skeiðklædda 20 cm/8 pönnu og bakaðu í forhituðum ofni við 180°C/350°F/gasmark 4 í 30 mínútur þar til tannstöngull sem stungið er í miðjuna kemur hreinn út. Látið kólna á pönnunni og skerið í ferninga.

Smjörstangir

16

100 g / 4 oz / ½ bolli smjör eða smjörlíki, mildað

100 g / 4 oz / ½ bolli flórsykur (ofurfínn)

1 egg, aðskilið

100 g / 4 oz / 1 bolli venjulegt hveiti (allur tilgangur)

25 g / 1 oz / ¼ bolli saxaðar blandaðar hnetur

Þeytið smjör eða smjörlíki og sykur þar til létt og ljóst. Bætið eggjarauðunni út í og bætið við hveiti og valhnetum til að fá mjög stífa blöndu. Ef það er of hart skaltu bæta við smá mjólk; ef það er rennt, bætið þá aðeins meira hveiti við. Hellið deiginu í smurt 30 x 20 cm / 12 x 8 svissnesk rúllupönnu (hlauppönnu). Þeytið eggjahvítuna þar til hún er froðukennd og dreifið yfir blönduna. Bakið í forhituðum ofni við 180°C/350°F/gasmark 4 í 30 mínútur þar til þær eru gullinbrúnar. Látið kólna og skerið í stangir.

Cherry Toffee Traybake

Það er búið að vera 12

100 g / 4 oz / 1 bolli möndlur

225 g / 8 oz / 1 bolli gljáð (sykrað) kirsuber, helminguð

225 g/8 oz/1 bolli smjör eða smjörlíki, mildað

225 g / 8 oz / 1 bolli flórsykur (ofurfínn)

3 þeytt egg

100 g / 4 oz / 1 bolli sjálfhækkandi hveiti (sjálfhækkandi)

50 g / 2 oz / ½ bolli malaðar möndlur

5 ml / 1 tsk lyftiduft

5 ml / 1 tsk möndlukjarni (þykkni)

Stráið möndlum og kirsuberjum yfir botninn á smurðu og fóðruðu 20cm/8 kökuformi (bökunarplötu). Bræðið 50 g/2 oz/¼ bolli smjör eða smjörlíki með 50 g/2 oz/¼ bolli af sykri og hellið yfir kirsuberin og hneturnar. Þeytið afganginn af smjöri eða smjörlíki og sykri þar til létt og ljóst, bætið eggjunum út í og bætið við hveiti, möluðum möndlum, lyftidufti og möndlukjarna. Hellið blöndunni á pönnuna og jafnið yfirborðið. Bakið í forhituðum ofni við 160°C/325°F/gasmark 3 í 1 klukkustund. Látið kólna á pönnunni í nokkrar mínútur, hvolfið síðan varlega á vírgrind, skafið hjúpinn af fóðrinu ef þarf. Látið kólna alveg áður en skorið er.

Súkkulaði bakka

Það er búið að vera 24

100 g / 4 oz / ½ bolli smjör eða smjörlíki, mildað

100 g / 4 oz / ½ bolli mjúkur púðursykur

50 g / 2 oz / ¼ bolli flórsykur (ofurfínn)

1 egg

5 ml / 1 tsk vanillukjarna (þykkni)

100 g / 4 oz / 1 bolli venjulegt hveiti (allur tilgangur)

2,5 ml / ½ tsk matarsódi (matarsódi)

Smá salt

100 g / 4 oz / 1 bolli súkkulaðiflögur

Þeytið smjör eða smjörlíki og sykur þar til létt og loftkennt og bætið egginu og vanilludropum smátt og smátt saman við. Bætið hveiti, matarsóda og salti saman við. Bætið súkkulaðidropunum út í. Hellið í smurt og hveitistráð 25cm/12 fermetra form (bökunarform) og bakið í forhituðum ofni við 190°C/375°F/gasmark 2 í 15 mínútur þar til það er gullið. Látið kólna og skerið í ferninga.

Cinnamon Crumble Layer

Það er búið að vera 12

Fyrir grunninn:

100 g / 4 oz / ½ bolli smjör eða smjörlíki, mildað

30 ml / 2 matskeiðar ljós hunang

2 egg, létt þeytt

100 g / 4 oz / 1 bolli venjulegt hveiti (allur tilgangur)

Fyrir mulninginn:

75 g / 3 oz / 1/3 bolli smjör eða smjörlíki

75 g / 3 oz / ¾ bolli venjulegt hveiti (alhliða)

75 g / 3 oz / ¾ bolli valsaður hafrar

5 ml / 1 teskeið af kanildufti

50 g / 2 oz / ¼ bolli demerara sykur

Þeytið smjörið eða smjörlíkið og hunangið þar til það er létt og ljóst. Þeytið eggin smám saman og bætið svo hveitinu út í. Hellið helmingnum af blöndunni í smurða 20cm/8 fermetra pönnu með skeið og jafnið yfirborðið.

Til að gera molana, nuddaðu smjörinu eða smjörlíkinu inn í hveitið þar til blandan líkist brauðrasp. Bætið höfrum, kanil og sykri saman við. Hellið helmingnum af crumble í pönnuna, toppið með afganginum af kökublöndunni, síðan afganginum crumble. Bakið í forhituðum ofni við 190°C/375°F/gasmark 5 í um 35 mínútur þar til teini sem stungið er í miðjuna kemur hreinn út. Látið kólna og skerið í stangir.

Sticky Cinnamon Bars

16

225 g / 8 oz / 2 bollar venjulegt hveiti (allur tilgangur)

10 ml / 2 tsk lyftiduft

225 g / 8 oz / 1 bolli mjúkur púðursykur

15 ml / 1 matskeið brætt smjör

250 ml / 8 fl oz / 1 bolli mjólk

30 ml / 2 matskeiðar demerara sykur

10 ml / 2 tsk af kanildufti

25 g / 1 oz / 2 matskeiðar smjör, kælt og skorið í teninga

Blandið saman hveiti, geri og sykri. Bætið bræddu smjöri og mjólk út í og blandið vel saman. Þrýstið blöndunni í tvö 23cm/9 fermetra kökuform (form). Stráið toppnum með demerara sykri og kanil og dreifið síðan smjörinu yfir yfirborðið. Bakið í forhituðum ofni við 180°C/350°F/gasmark 4 í 30 mínútur. Smjörið mun gera göt í blönduna og verða klístrað þegar það eldast.

Kókoshnetustangir

16

75 g / 3 oz / 1/3 bolli smjör eða smjörlíki

100 g / 4 oz / 1 bolli venjulegt hveiti (allur tilgangur)

30 ml / 2 matskeiðar flórsykur (ofurfínn)

2 egg

100 g / 4 oz / ½ bolli mjúkur púðursykur

Smá salt

175 g / 6 oz / 1½ bollar þurrkuð kókos (rifin)

50 g / 2 oz / ½ bolli saxaðar blandaðar hnetur

Appelsínukrem

Nuddaðu smjörinu eða smjörlíkinu inn í hveitið þar til blandan líkist brauðrasp. Bætið sykrinum út í og þrýstið á til að mynda ósmurða 23cm/9 fermetra pönnu. Bakið í forhituðum ofni við 190°C/350°F/gasmark 4 í 15 mínútur þar til stíft.

Þeytið egg, púðursykur og salt, bætið kókos og valhnetum út í og dreifið yfir botninn. Bakið í 20 mínútur þar til stíft og gullið. Ís með appelsínuáleggi þegar það er kalt. Skerið í stangir.

Kókosstangir og sultusamlokur

16

25 g / 1 oz / 2 matskeiðar smjör eða smjörlíki

175 g / 6 oz / 1½ bolli sjálfhækkandi hveiti

225 g / 8 oz / 1 bolli flórsykur (ofurfínn)

2 eggjarauður

75 ml / 5 matskeiðar af vatni

175 g / 6 oz / 1½ bollar þurrkuð kókos (rifin)

4 eggjahvítur

50 g / 2 oz / ½ bolli venjulegt hveiti (allur tilgangur)

100 g / 4 oz / 1/3 bolli jarðarberjasulta (soðið)

Dreifið smjörinu eða smjörlíkinu í sjálfhækkandi hveitinu og bætið við 50 g / 2 oz / ¼ bolli af sykri. Þeytið eggjarauður og 45 ml / 3 matskeiðar af vatni og bætið út í blönduna. Þrýstið í botninn á smurðri 30 x 20 cm / 12 x 8 svissnesku rúllupönnu (hlauppönnu) og stungið með gaffli. Bakið í forhituðum ofni við 180°C/350°F/gasmark 4 í 12 mínútur. Látið kólna.

Setjið kókoshnetuna, afganginn af sykri, vatni og eggjahvítu á pönnu og eldið við vægan hita þar til kekkir myndast, án þess að láta það brúnast. Látið kólna. Blandið venjulegu hveiti út í. Þeytið afganginn af eggjahvítunni þar til þær eru stífar og blandið síðan saman við blönduna. Dreifið sultunni yfir botninn og smyrjið síðan með kókostoppinu. Bakið í ofni í 30 mínútur þar til það er gullið. Látið kólna á pönnunni áður en það er skorið í stangir.

Data og Apple Traybake

Það er búið að vera 12

1 eldunarepli (baka), afhýtt, kjarnhreinsað og saxað

225 g / 8 únsur / 11/3 bollar döðlur með gryfju, saxaðar

150 ml / ¼ pt / 2/3 bolli vatn

350 g / 12 oz / 3 bollar rúllaðir hafrar

175 g / 6 oz / ¾ bolli brætt smjör eða smjörlíki

45 ml / 3 matskeiðar demerara sykur

5 ml / 1 teskeið af kanildufti

Setjið eplin, döðlurnar og vatnið á pönnu og eldið rólega í um 5 mínútur þar til eplin eru mjúk. Látið kólna. Blandið höfrum, smjöri eða smjörlíki, sykri og kanil saman. Hellið helmingnum í smurða 20cm/8 fermetra pönnu með skeið og jafnið yfirborðið. Toppið með epla- og döðlublöndunni, toppið með afganginum af hafrablöndunni og jafnið yfirborðið. Þrýstu varlega. Bakið í forhituðum ofni við 190°C/375°F/gasmark 5 í um það bil 30 mínútur þar til þær eru gullinbrúnar. Látið kólna og skerið í stangir.

Döðlusneiðar

Það er búið að vera 12

225 g / 8 únsur / 11/3 bollar döðlur með gryfju, saxaðar

30 ml / 2 matskeiðar ljós hunang

30 ml / 2 matskeiðar sítrónusafi

225 g / 8 oz / 1 bolli smjör eða smjörlíki

225 g / 8 oz / 2 bollar heilhveiti (heilhveiti)

225 g / 8 oz / 2 bollar rúllaðir hafrar

75 g / 3 oz / 1/3 bolli mjúkur púðursykur

Eldið döðlurnar, hunangið og sítrónusafann við vægan hita í nokkrar mínútur þar til döðlurnar eru orðnar mjúkar. Dreifið smjöri eða smjörlíki í hveiti og höfrum þar til blandan líkist brauðrasp, bætið síðan sykrinum út í. Hellið helmingnum af blöndunni í smurt og klætt 20cm/8 fermetra mót með skeið. Hellið döðlublöndunni ofan á og endið með afganginum af kökublöndunni. Þrýstu þétt. Bakið í forhituðum ofni við 190°C/375°F/gasmark 5 í 35 mínútur þar til það er mjúkt viðkomu. Látið kólna á pönnunni, skerið í sneiðar á meðan það er enn heitt.

Döðlustangir ömmu

16

100 g / 4 oz / ½ bolli smjör eða smjörlíki, mildað

225 g / 8 oz / 1 bolli mjúkur púðursykur

2 egg, létt þeytt

175 g / 6 oz / 1½ bollar venjulegt hveiti (allur tilgangur)

2,5 ml / ½ tsk matarsódi (matarsódi)

5 ml / 1 teskeið af kanildufti

Klípa af möluðum negul

Smá af rifnum múskat

175 g / 6 únsur / 1 bolli döðlur með gryfju, saxaðar

Þeytið smjör eða smjörlíki og sykur þar til létt og ljóst. Bætið eggjunum út í smátt og smátt, þeytið vel eftir hverja viðbót. Bætið hinum hráefnunum saman við þar til það hefur blandast vel saman. Hellið í smurt og hveitistráð 23cm/9 fermetra form (bökunarplötu) og bakið í forhituðum ofni við 180°C/350°F/gasmark 4 í 25 mínútur þar til teini sem stungið er í miðjuna kemur hreinn út. Látið kólna og skerið í stangir.

Döðlu- og hafrastangir

16

175 g / 6 únsur / 1 bolli döðlur með gryfju, saxaðar

15 ml / 1 matskeið ljós hunang

30 ml / 2 matskeiðar af vatni

225 g / 8 oz / 2 bollar heilhveiti (heilhveiti)

100 g / 4 oz / 1 bolli rúllaðir hafrar

100 g / 4 oz / ½ bolli mjúkur púðursykur

150 g / 5 oz / 2/3 bolli brætt smjör eða smjörlíki

Eldið döðlur, hunang og vatn í litlum potti þar til döðlurnar eru orðnar mjúkar. Blandið saman hveiti, höfrum og sykri og hrærið síðan bræddu smjöri eða smjörlíki saman við. Þrýstið helmingnum af blöndunni í olíuborið 18cm/7 ferningsform, stráið döðlublöndunni yfir, setjið afganginn af hafrablöndunni yfir og þrýstið varlega á. Bakið í forhituðum ofni við 180°C/350°F/gasmark 4 í 1 klukkustund þar til það er stíft og gullið. Látið kólna á pönnunni, skerið í stangir á meðan það er enn heitt.

Döðlu- og valhnetustangir

Það er búið að vera 12

100 g / 4 oz / ½ bolli smjör eða smjörlíki, mildað

150 g / 5 oz / 2/3 bolli flórsykur (ofurfínn)

1 egg, létt þeytt

100 g / 4 oz / 1 bolli sjálfhækkandi hveiti (sjálfhækkandi)

225 g / 8 únsur / 11/3 bollar döðlur með gryfju, saxaðar

100 g / 4 oz / 1 bolli valhnetur, saxaðar

15 ml / 1 matskeið mjólk (valfrjálst)

100 g / 4 oz / 1 bolli hreint súkkulaði (hálfsætt)

Þeytið smjör eða smjörlíki og sykur þar til létt og ljóst. Blandið egginu, síðan hveiti, döðlum og hnetum saman við og bætið við smá mjólk ef blandan er of stíf. Hellið í smurða 30 x 20 cm/12 x 8 svissneska rúllupönnu (hlauppönnu) og bakið í forhituðum ofni við 180°C/350°F/gasmark 4 í 30 mínútur þar til það er fjörlegt viðkomu. Látið kólna.

Bræðið súkkulaðið í hitaþolinni skál yfir pönnu með sjóðandi vatni. Dreifið yfir blönduna og látið kólna og harðna. Skerið í stangir með beittum hníf.

Fig Bars

16

225 g/8 oz ferskar fíkjur, saxaðar

30 ml / 2 matskeiðar ljós hunang

15 ml / 1 matskeið sítrónusafi

225 g / 8 oz / 2 bollar heilhveiti (heilhveiti)

225 g / 8 oz / 2 bollar rúllaðir hafrar

225 g / 8 oz / 1 bolli smjör eða smjörlíki

75 g / 3 oz / 1/3 bolli mjúkur púðursykur

Eldið fíkjur, hunang og sítrónusafa við vægan hita í 5 mínútur. Látið það kólna aðeins. Blandið saman hveiti og höfrum, smyrjið með smjöri eða smjörlíki og bætið sykrinum út í. Þrýstið helmingnum af blöndunni í smurt 20cm/8 fermetra mót og hellið síðan fíkjublöndunni ofan á. Toppið með afganginum af kökublöndunni og þrýstið vel niður. Bakið í forhituðum ofni við 180°C/350°F/gasmark 4 í 30 mínútur þar til þær eru gullinbrúnar. Látið kólna á pönnunni og skerið í sneiðar á meðan það er enn heitt.

Flapjacks

16

75 g / 3 oz / 1/3 bolli smjör eða smjörlíki

50 g / 2 oz / 3 matskeiðar gullsíróp (létt maís)

100 g / 4 oz / ½ bolli mjúkur púðursykur

175 g / 6 oz / 1½ bollar hafrar

Bræðið smjörið eða smjörlíkið ásamt sírópinu og sykrinum og bætið höfrunum saman við. Þrýstið í smurt 20 cm/8 ferningsform og bakið í forhituðum ofni við 180°C/350°F/gasmark 4 í um það bil 20 mínútur þar til þær eru ljósbrúnar. Látið kólna aðeins áður en skorið er í stangir, látið síðan kólna alveg á pönnunni áður en það er rúllað út.

Kirsuberjapönnukökur

16

75 g / 3 oz / 1/3 bolli smjör eða smjörlíki

50 g / 2 oz / 3 matskeiðar gullsíróp (létt maís)

100 g / 4 oz / ½ bolli mjúkur púðursykur

175 g / 6 oz / 1½ bollar hafrar

100 g / 4 oz / 1 bolli gljáð kirsuber (sykruð), hakkað

Bræðið smjörið eða smjörlíkið með sírópinu og sykrinum og bætið höfrum og kirsuber út í. Þrýstið í olíuborið 20cm/8 fermetra form og bakið í forhituðum ofni við 180°C/350°F/gasmark 4 í um það bil 20 mínútur þar til þær eru ljósbrúnar. Látið kólna aðeins áður en skorið er í stangir, látið síðan kólna alveg á pönnunni áður en það er rúllað út.

Súkkulaði pönnukökur

16

75 g / 3 oz / 1/3 bolli smjör eða smjörlíki

50 g / 2 oz / 3 matskeiðar gullsíróp (létt maís)

100 g / 4 oz / ½ bolli mjúkur púðursykur

175 g / 6 oz / 1½ bollar hafrar

100 g / 4 oz / 1 bolli súkkulaðiflögur

Bræðið smjörið eða smjörlíkið með sírópinu og sykrinum og bætið höfrunum og súkkulaðibitunum saman við. Þrýstið í olíuborið 20cm/8 fermetra form og bakið í forhituðum ofni við 180°C/350°F/gasmark 4 í um það bil 20 mínútur þar til þær eru ljósbrúnar. Látið kólna aðeins áður en skorið er í stangir, látið síðan kólna alveg á pönnunni áður en það er rúllað út.

Flapjacks ávextir

16

75 g / 3 oz / 1/3 bolli smjör eða smjörlíki

100 g / 4 oz / ½ bolli mjúkur púðursykur

50 g / 2 oz / 3 matskeiðar gullsíróp (létt maís)

175 g / 6 oz / 1½ bollar hafrar

75 g / 3 oz / ½ bolli rúsínur, sultana eða aðrir þurrkaðir ávextir

Bræðið smjörið eða smjörlíkið með sykrinum og sírópinu og bætið höfrunum og rúsínunum út í. Þrýstið í olíuborið 20cm/8 fermetra form og bakið í forhituðum ofni við 180°C/350°F/gasmark 4 í um það bil 20 mínútur þar til þær eru ljósbrúnar. Látið kólna aðeins áður en skorið er í stangir, látið síðan kólna alveg á pönnunni áður en það er rúllað út.

Ávaxta- og hnetuhnetur

16

75 g / 3 oz / 1/3 bolli smjör eða smjörlíki

100 g / 4 oz / 1/3 bolli létt hunang

50 g / 2 oz / 1/3 bolli rúsínur

50 g / 2 oz / ½ bolli valhnetur, saxaðar

175 g / 6 oz / 1½ bollar hafrar

Bræðið smjörið eða smjörlíkið með hunanginu við vægan hita. Bætið rúsínum, hnetum og höfrum saman við og blandið vel saman. Flyttu yfir í smurt 23 cm/9 fermetra form (bökunarplötu) og bakaðu í forhituðum ofni við 180°C/350°F/gasmark 4 í 25 mínútur. Látið kólna á pönnunni, skerið í stangir á meðan það er enn heitt.

Engifer pönnukökur

16

75 g / 3 oz / 1/3 bolli smjör eða smjörlíki

100 g / 4 oz / ½ bolli mjúkur púðursykur

50 g / 2 oz / 3 matskeiðar síróp úr krukku af engifer

175 g / 6 oz / 1½ bollar hafrar

4 stykki af stilkuðu engifer, smátt saxað

Bræðið smjörið eða smjörlíkið ásamt sykrinum og sírópinu og bætið höfrunum og engiferinu út í. Þrýstið í olíuborið 20cm/8 fermetra form og bakið í forhituðum ofni við 180°C/350°F/gasmark 4 í um það bil 20 mínútur þar til þær eru ljósbrúnar. Látið kólna aðeins áður en skorið er í stangir, látið síðan kólna alveg á pönnunni áður en það er rúllað út.

Nutty Flapjacks

16

75 g / 3 oz / 1/3 bolli smjör eða smjörlíki

50 g / 2 oz / 3 matskeiðar gullsíróp (létt maís)

100 g / 4 oz / ½ bolli mjúkur púðursykur

175 g / 6 oz / 1½ bollar hafrar

100 g / 4 oz / 1 bolli saxaðar blandaðar hnetur

Bræðið smjörið eða smjörlíkið ásamt sírópinu og sykrinum og bætið höfrunum og hnetunum út í. Þrýstið í olíuborið 20cm/8 fermetra form og bakið í forhituðum ofni við 180°C/350°F/gasmark 4 í um það bil 20 mínútur þar til þær eru ljósbrúnar. Látið kólna aðeins áður en skorið er í stangir, látið síðan kólna alveg á pönnunni áður en það er rúllað út.

Sterkar sítrónusmákökur

16

100 g / 4 oz / 1 bolli venjulegt hveiti (allur tilgangur)

100 g / 4 oz / ½ bolli smjör eða smjörlíki, mildað

75 g / 3 oz / ½ bolli flórsykur, sigtaður

2,5 ml / ½ tsk lyftiduft

Smá salt

30 ml / 2 matskeiðar sítrónusafi

10 ml / 2 tsk rifinn sítrónubörkur

Blandið saman hveiti, smjöri eða smjörlíki, flórsykri og lyftidufti. Þrýstið í olíuborið 23cm/9 ferningsform og bakið í forhituðum ofni við 180°C/350°F/gasmark 4 í 20 mínútur.

Blandið saman restinni af hráefnunum og þeytið þar til létt og ljóst. Hellið með skeið yfir heitan botninn, lækkið ofnhitann í 160°C/325°F/gasmark 3 og setjið aftur í ofninn í 25 mínútur til viðbótar þar til hann verður fjörlegur viðkomu. Látið kólna og skerið í ferninga.

Mokka og Coco torg

Það er 20

1 egg

100 g / 4 oz / ½ bolli flórsykur (ofurfínn)

100 g / 4 oz / 1 bolli venjulegt hveiti (allur tilgangur)

10 ml / 2 tsk lyftiduft

Smá salt

75 ml / 5 matskeiðar af mjólk

75 g / 3 oz / 1/3 bolli brætt smjör eða smjörlíki

15 ml / 1 matskeið kakóduft (ósykrað súkkulaði).

2,5 ml / ½ tsk vanillukjarna (þykkni)

Upp á þak:

75 g / 3 oz / ½ bolli flórsykur, sigtaður

50 g / 2 oz / ¼ bolli bráðið smjör eða smjörlíki

45 ml / 3 matskeiðar heitt, sterkt svart kaffi

15 ml / 1 matskeið kakóduft (ósykrað súkkulaði).

2,5 ml / ½ tsk vanillukjarna (þykkni)

25 g / 1 oz / ¼ bolli þurrkuð kókos (rifin)

Þeytið eggin með sykrinum þar til þau verða ljós og ljós. Bætið hveiti, geri og salti saman við til skiptis ásamt mjólkinni og bræddu smjöri eða smjörlíki. Bætið kakóinu og vanilludropunum út í. Hellið blöndunni í smurt 20cm/8 fermetra form (bökunarplötu) og bakið í forhituðum ofni við 200°C/400°F/gasmark 6 í 15 mínútur þar til hún er vel lyft og fjaðrandi að snerta.

Til að búa til frosting skaltu blanda saman flórsykri, smjöri eða smjörlíki, kaffi, kakói og vanilludropum. Dreifið yfir heita kökuna og stráið kókos yfir. Látið kólna í forminu, takið úr forminu og skerið í ferninga.

Halló Dolly Cookies

16

100 g / 4 oz / ½ bolli smjör eða smjörlíki

100 g / 4 oz / 1 bolli meltingarkex

(Graham kex mola

100 g / 4 oz / 1 bolli súkkulaðiflögur

100 g / 4 oz / 1 bolli þurrkuð kókos (rifin)

100 g / 4 oz / 1 bolli valhnetur, saxaðar

400 g / 14 oz / 1 stór dós af þéttri mjólk

Bræðið smjörið eða smjörlíkið og bætið kexmolunum saman við. Þrýstið blöndunni í botninn á smurðu og álpappírsklædda 28 x 18 cm / 11 x 7 kökuformi. Stráið súkkulaðibitum yfir, síðan kókos og að lokum valhnetum. Hellið þéttu mjólkinni yfir og setjið í forhitaðan ofn við 180°C/350°F/gasmark 4 í 25 mínútur. Skerið í stangir á meðan þær eru enn heitar og látið kólna alveg.

Kókosstangir með hnetum og súkkulaði

Það er búið að vera 12

75 g / 3 oz / ¾ bolli mjólkursúkkulaði

75 g / 3 oz / ¾ bolli hreint súkkulaði (hálfsætt)

75 g / 3 oz / 1/3 bolli stökkt hnetusmjör

75 g / 3 oz / ¾ bolli meltingarkexmola (Graham kex)

75 g / 3 oz / ¾ bolli valhnetur, muldar

75 g / 3 oz / ¾ bolli þurrkuð kókos (rifin)

75 g / 3 oz / ¾ bolli hvítt súkkulaði

Bræðið mjólkursúkkulaðið í hitaþolinni skál yfir pönnu með sjóðandi vatni. Dreifið yfir botninn á 23cm/7 fermetra kökuformi (bökunarplötu) og látið stífna.

Bræðið hreint súkkulaði og hnetusmjör varlega við vægan hita og bætið síðan kexmylsnunni, hnetunum og kókosnum út í. Dreifið yfir sett súkkulaðið og kælið þar til það harðnar.

Bræðið hvíta súkkulaðið í hitaþolinni skál yfir pönnu með sjóðandi vatni. Dreifið kökunum í mynstur og leyfið þeim að harðna áður en þær eru skornar í stangir.

Hnetukenndir ferningar

Það er búið að vera 12

75 g / 3 oz / ¾ bolli hreint súkkulaði (hálfsætt)

50 g / 2 oz / ¼ bolli smjör eða smjörlíki

100 g / 4 oz / ½ bolli flórsykur (ofurfínn)

2 egg

5 ml / 1 tsk vanillukjarna (þykkni)

75 g / 3 oz / ¾ bolli venjulegt hveiti (alhliða)

2,5 ml / ½ tsk lyftiduft

100 g / 4 oz / 1 bolli saxaðar blandaðar hnetur

Bræðið súkkulaðið í hitaþolinni skál yfir pönnu með sjóðandi vatni. Bætið smjörinu út í þar til það bráðnar og bætið sykrinum út í. Takið af hellunni og bætið eggjunum og vanilludropum saman við. Bætið hveiti, geri og hnetum saman við. Hellið blöndunni í smurt 25 cm/10 ferningsform (bökunarplötu) og bakið í forhituðum ofni við 180°C/350°F/gasmark 4 í 15 mínútur þar til hún er gullin. Skerið í litla ferninga á meðan það er enn heitt.

Appelsínugult valhnetusneiðar

16

375 g / 13 oz / 3¼ bollar venjulegt hveiti (allur tilgangur)

275 g / 10 oz / 1¼ bollar flórsykur (ofurfínn)

5 ml / 1 tsk lyftiduft

75 g / 3 oz / 1/3 bolli smjör eða smjörlíki

2 þeytt egg

175 ml / 6 fl oz / ¾ bolli mjólk

200 g / 7 oz / 1 lítil dós mandarínur, tæmd og gróft hakkað

100 g / 4 oz / 1 bolli pekanhnetur, saxaðar

Fínt rifinn börkur af 2 appelsínum

10 ml / 2 tsk af kanildufti

Blandið 325 g / 12 oz / 3 bollar hveiti, 225 g / 8 oz / 1 bolli sykri og lyftidufti. Bræðið 50 g / 2 oz / ¼ bolli smjör eða smjörlíki og bætið við eggjum og mjólk. Blandið vökvanum varlega saman við þurrefnin þar til það er slétt. Bætið mandarínum, valhnetum og appelsínuberki saman við. Hellið í smurða og klædda 30 x 20 cm / 12 x 8 í pönnu (bökunarplötu). Nuddið saman afganginum af hveiti, sykri, smjöri og kanil og stráið yfir kökuna. Bakið í forhituðum ofni við 180°C/350°F/gasmark 4 í 40 mínútur þar til þær eru gullinbrúnar. Látið kólna á pönnunni og skerið í um 16 sneiðar.

Parkin

Gerir 16 ferninga

100 g / 4 oz / ½ bolli svínafeiti (stytting)

100 g / 4 oz / ½ bolli smjör eða smjörlíki

75 g / 3 oz / 1/3 bolli mjúkur púðursykur

100 g / 4 oz / 1/3 bolli gullsíróp (létt maís)

100 g / 4 únsur / 1/3 bolli svartur treacle (melassi)

10 ml / 2 tsk matarsódi (natríumbíkarbónat)

150 ml / ¼ pt / 2/3 bolli mjólk

225 g / 8 oz / 2 bollar heilhveiti (heilhveiti)

225 g / 8 oz / 2 bollar hafrar

10 ml / 2 tsk engiferduft

2,5 ml / ½ teskeið salt

Bræðið svínafeiti, smjör eða smjörlíki, sykur, síróp og melassa á pönnu. Leysið matarsódan upp í mjólkinni og hrærið því í pönnuna ásamt restinni af hráefninu. Hellið í smurt og skeiðklætt 20cm/8 ferningsform og bakið í forhituðum ofni við 160°C/325°F/gasmark 3 í 1 klukkustund þar til það hefur stífnað. Það gæti sokkið í miðjuna. Látið kólna og geymið í loftþéttu íláti í nokkra daga áður en það er skorið í ferninga og borið fram.

Hnetusmjörsstangir

16

100 g / 4 oz / 1 bolli smjör eða smjörlíki

175 g / 6 oz / 1¼ bollar venjulegt hveiti (allur tilgangur)

175 g / 6 oz / ¾ bolli mjúkur púðursykur

75 g / 3 oz / 1/3 bolli hnetusmjör

Smá salt

1 lítil eggjarauða, þeytt

2,5 ml / ½ tsk vanillukjarna (þykkni)

100 g / 4 oz / 1 bolli hreint súkkulaði (hálfsætt)

50 g / 2 oz / 2 bollar uppblásið hrísgrjónakorn

Nuddaðu smjörinu eða smjörlíkinu inn í hveitið þar til blandan líkist brauðrasp. Bætið sykrinum, 30 ml / 2 msk af hnetusmjöri og salti út í. Bætið eggjarauðu og vanilludropum út í og blandið vel saman. Þrýstið í 25cm/10 fermetra kökuform (bökunarplötu). Bakið í forhituðum ofni við 160°C/325°F/gasmark 3 í 30 mínútur þar til lyft og fjaðrandi viðkomu.

Bræðið súkkulaðið í hitaþolinni skál yfir pönnu með sjóðandi vatni. Takið af hitanum og bætið afganginum af hnetusmjörinu út í. Bætið morgunkorninu út í og blandið vel saman þar til það er húðað með súkkulaðiblöndunni. Dreifið yfir kökuna og jafnið yfirborðið. Látið kólna, kælið og skerið í stangir.

Picnic sneiðar

Það er búið að vera 12

225 g / 8 oz / 2 bollar hreint súkkulaði (hálfsætt)

50 g / 2 oz / ¼ bolli smjör eða smjörlíki, mildað

100 g / 4 oz / ½ bolli flórsykur

1 egg, létt þeytt

100 g / 4 oz / 1 bolli þurrkuð kókos (rifin)

50 g / 2 oz / 1/3 bolli sultanas (gylltar rúsínur)

50 g / 2 oz / ¼ bolli gljáð (sykrað) kirsuber, hakkað

Bræðið súkkulaðið í hitaþolinni skál yfir pönnu með sjóðandi vatni. Hellið í botninn á smurðu og fóðruðu 30 x 20 cm / 12 x 8 svissneska rúlluformi (hlauppönnu). Þeytið smjör eða smjörlíki og sykur þar til létt og ljóst. Bætið egginu smám saman út í og blandið síðan kókos, sultana og kirsuber út í. Dreifið yfir súkkulaðið og bakið í forhituðum ofni við 150°C/300°F/gasmark 3 í 30 mínútur þar til það er gullið. Látið kólna og skerið í stangir.

Ananas og kókosstangir

Það er 20

1 egg

100 g / 4 oz / ½ bolli flórsykur (ofurfínn)

75 g / 3 oz / ¾ bolli venjulegt hveiti (alhliða)

5 ml / 1 tsk lyftiduft

Smá salt

75 ml / 5 matskeiðar af vatni

Upp á þak:

200 g / 7 oz / 1 lítil dós ananas, tæmd og saxaður

25 g / 1 oz / 2 matskeiðar smjör eða smjörlíki

50 g / 2 oz / ¼ bolli flórsykur (ofurfínn)

1 eggjarauða

25 g / 1 oz / ¼ bolli þurrkuð kókos (rifin)

5 ml / 1 tsk vanillukjarna (þykkni)

Þeytið egg og sykur þar til létt og rjómakennt. Bætið hveiti, geri og salti saman við vatnið til skiptis. Hellið í smurt og hveitistráð 18cm/7 fermetra mót (bökunarform) og bakið í forhituðum ofni við 200°C/400°F/gasmark 6 í 20 mínútur þar til það er vel lyft og fjaðrandi viðkomu. Setjið ananasinn á heitu kökuna. Hitið restina af álegginu í litlum potti við lágan hita, hrærið stöðugt þar til það er vel blandað, án þess að leyfa blöndunni að sjóða. Bætið ananabum út í með skeið og setjið kökuna aftur í ofninn í 5 mínútur í viðbót þar til áleggið er gullið. Látið kólna á pönnunni í 10 mínútur og setjið svo inn í ofn á vírgrind til að klára kælingu áður en skorið er í stangir.

Plómugerkaka

16

15 g/½ oz ferskt ger eða 20 ml/4 tsk þurrger

50 g / 2 oz / ¼ bolli flórsykur (ofurfínn)

150 ml / ¼ pt / 2/3 bolli heit mjólk

50 g / 2 oz / ¼ bolli bráðið smjör eða smjörlíki

1 egg

1 eggjarauða

250 g / 9 oz / 2¼ bollar venjulegt hveiti (allur tilgangur)

5 ml / 1 tsk fínt rifinn sítrónubörkur

675 g / 1½ pund plómur, skornar í fjórðunga og steinhreinsaðar (pittaðar)

Flórsykur, sigtaður, til að strá yfir

Kanillduft

Blandið gerinu saman við 5 ml / 1 teskeið af sykri og hluta af volgu mjólkinni og látið standa á heitum stað í 20 mínútur þar til froðukennt. Þeytið afganginn af sykri og mjólk með bræddu smjöri eða smjörlíki, eggi og eggjarauðu. Blandið hveiti og sítrónuberki saman í skál og gerið holu í miðjunni. Þeytið gerblönduna og eggjablönduna smám saman út í til að mynda mjúkt deig. Þeytið þar til þú færð mjög slétt deig og loftbólur byrja að myndast á yfirborðinu. Þrýstið varlega í smurt og hveitistráða 25 cm / 10 fermetra form (bökunarplötu) Raðið plómunum saman ofan á deigið. Hyljið með olíuðri plastfilmu (plastfilmu) og látið standa á hlýjum stað í 1 klst þar til tvöfaldast að stærð. Settu í forhitaðan ofn við 200°C/400°F/gasmerki 6, þá Lækkið ofnhitann strax í 190°C/375°F/gasmark 5 og bakið í 45 mínútur. Lækkið ofnhitann aftur í 180°C/350°F/gasmark 4 og bakið í 15 mínútur til viðbótar þar til hann er gullinbrúnn. Stráið flórsykri og kanil yfir kökuna á meðan hún er enn heit, látið kólna og skerið í ferninga.

Amerískir graskersstangir

Það er 20

2 egg

175 g / 6 oz / ¾ bolli flórsykur (ofurfínn)

120 ml / 4 fl oz / ½ bolli olía

225 g soðið grasker í teningum

100 g / 4 oz / 1 bolli venjulegt hveiti (allur tilgangur)

5 ml / 1 tsk lyftiduft

5 ml / 1 teskeið af kanildufti

2,5 ml / ½ tsk matarsódi (matarsódi)

50 g / 2 oz / 1/3 bolli sultanas (gylltar rúsínur)

Rjómaosta ís kaka

Þeytið eggin þar til þau verða ljós og ljós, bætið sykrinum og ólífuolíu út í og bætið graskerinu út í. Bætið hveiti, lyftidufti, kanil og matarsóda saman við þar til það hefur blandast vel saman. Bætið sultanunum út í. Setjið blönduna í smurt og hveitistráð 30 x 20 cm/12 x 8 svissrúlluform (hlaupform) og bakið í forhituðum ofni við 180°C/350°F/gasmark 4 í 30 mínútur þar til þegar teini er stungið í miðjuna kemur það hreint út. Látið kólna, smyrjið með rjómaosti og skerið í stangir.

Kvína og möndlustangir

16

450 g / 1 pund kviður

50 g / 2 oz / ¼ bolli svínafeiti (stytting)

50 g / 2 oz / ¼ bolli smjör eða smjörlíki

100 g / 4 oz / 1 bolli venjulegt hveiti (allur tilgangur)

30 ml / 2 matskeiðar flórsykur (ofurfínn)

Um 30 ml / 2 matskeiðar af vatni

Fyrir fyllinguna:

75 g / 3 oz / 1/3 bolli smjör eða smjörlíki, mildað

100 g / 4 oz / ½ bolli flórsykur (ofurfínn)

2 egg

Nokkrir dropar af möndluþykkni (útdráttur)

100 g / 4 oz / 1 bolli malaðar möndlur

25 g / 1 oz / ¼ bolli venjulegt hveiti (allur tilgangur)

50 g / 2 oz / ½ bolli flögaðar möndlur (hakkaðar)

Afhýðið, kjarnhreinsið og skerið vínurnar í þunnar sneiðar. Setjið í pönnu og hyljið með vatni. Látið suðuna koma upp og eldið í um 15 mínútur þar til það er meyrt. Tæmdu umfram vatn.

Nuddið smjörfeiti og smjöri eða smjörlíki inn í hveitið þar til blandan líkist brauðrasp. Bætið sykrinum út í. Bætið við nægu vatni til að mynda mjúkt deig, fletjið út á létt hveitistráðu yfirborði og notið til að fóðra botn og hliðar á 30 x 20 cm / 12 x 8 svissneskri rúllupönnu (hlauppönnu). Saxið allt með gaffli. Notaðu götótta skeið til að raða kviðunum yfir deigið.

Þeytið smjör eða smjörlíki með sykrinum og þeytið eggjum og möndluþykkni smátt og smátt út í. Bætið möluðum möndlum og hveiti út í og hellið yfir kviðurnar. Stráið möndlunum yfir og bakið í forhituðum ofni við 180°C/350°F/gasmark 4 í 45 mínútur þar til þær eru stífnar og gullinbrúnar. Skerið í ferninga þegar það er kalt.

Rúsínustangir

Það er búið að vera 12

175 g / 6 oz / 1 bolli rúsínur

250 ml / 8 fl oz / 1 bolli vatn

75 ml / 5 matskeiðar olía

225 g / 8 oz / 1 bolli flórsykur (ofurfínn)

1 egg, létt þeytt

200 g / 7 oz / 1¾ bollar venjulegt hveiti (allur tilgangur)

1,5 ml / ¼ teskeið salt

5 ml / 1 tsk matarsódi (natríumbíkarbónat)

5 ml / 1 teskeið af kanildufti

2,5 ml / ½ tsk rifinn múskat

2,5 ml / ½ tsk malað pipar

Klípa af möluðum negul

50 g / 2 oz / ½ bolli súkkulaðiflögur

50 g / 2 oz / ½ bolli valhnetur, saxaðar

30 ml / 2 matskeiðar flórsykur, sigtaður

Komið með rúsínurnar og látið suðuna koma upp, bætið svo olíunni út í, takið af hellunni og látið kólna aðeins. Bætið hreinsuðum sykri og eggi út í. Blandið saman hveiti, salti, matarsóda og kryddi. Blandið saman við rúsínublönduna og bætið svo súkkulaðibitunum og hnetunum út í. Flyttu yfir í smurt 30 cm/12 ferningsform með skeið og bakaðu í forhituðum ofni við 190°C/375°F/gas 5 í 25 mínútur þar til kakan byrjar að skreppa saman um hliðar formsins. Látið kólna áður en flórsykri er strokið yfir og skorið í stangir.

Hindberjahafrarferningar

Það er búið að vera 12

175 g / 6 oz / ¾ bolli smjör eða smjörlíki

225 g / 8 oz / 2 bollar sjálfhækkandi hveiti (sjálfhækkandi)

5 ml / 1 teskeið af salti

175 g / 6 oz / 1½ bollar hafrar

175 g / 6 oz / ¾ bolli flórsykur (ofurfínn)

300 g / 11 oz / 1 miðlungs dós hindber, tæmd

Dreifið smjöri eða smjörlíki í hveiti og salti og bætið síðan höfrum og sykri út í. Þrýstið helmingnum af blöndunni í smurt 25cm/10 ferningsform. Dreifið hindberjunum ofan á og setjið restina af blöndunni yfir og þrýstið vel. Bakið í forhituðum ofni við 200°C/400°F/gasmark 6 í 20 mínútur. Látið kólna aðeins á pönnunni áður en það er skorið í ferninga.

Shortbread Kanil Marengs

Það er búið að vera 24

75 g / 3 oz / ½ bolli flórsykur, sigtaður

100 g / 4 oz / 1 bolli venjulegt hveiti (allur tilgangur)

100 g / 4 oz / ½ bolli smjör eða smjörlíki, mildað

1 egg

225 g / 8 oz / 2/3 bolli sulta (ávaxtasveifla)

2 eggjahvítur

100 g / 4 oz / ½ bolli flórsykur (ofurfínn)

2,5 ml / ½ teskeið af kanildufti

Blandið saman flórsykri, hveiti, smjöri eða smjörlíki og eggi. Þrýstið blöndunni í botninn á smurðu 25 cm/12 ferningsformi og bakið í forhituðum ofni við 180°C/350°F/gasmark 4 í 10 mínútur. Takið úr ofninum og dreifið sultunni yfir. Þeytið eggjahvíturnar þar til mjúkir toppar myndast, bætið síðan flórsykrinum og kanil út í þar til blandan er stíf og gljáandi. Dreifið sultunni yfir og bakið í 25 mínútur þar til hún er gullin. Látið kólna og skerið í ferninga.

Rjómabökur

Það er búið að vera 12

Smáskorpudeig 225 g / 8 oz

15 ml / 1 matskeið flórsykur (ofurfínn)

1 egg, létt þeytt

150 ml / ¼ pt / 2/3 bolli heit mjólk

Smá salt

Rifinn múskat til að strá yfir

Fletjið deigið út og klæðið 12 djúp tertuform (hamborgaraform). Blandið sykrinum saman við eggið og bætið heitu mjólkinni og salti smátt og smátt saman við. Hellið blöndunni í sætabrauðsformin (bökuskeljar) og stráið múskati yfir. Bakið í forhituðum ofni við 200°C/400°F/gasmark 6 í 20 mínútur. Látið kólna í formunum.

Danskar rjómatertur

Gerir 8

200 g / 7 oz / lítill 1 bolli smjör eða smjörlíki

250 g / 9 oz / 2¼ bollar venjulegt hveiti (allur tilgangur)

50 g / 2 oz / 1/3 bolli flórsykur, sigtaður

2 eggjarauður

1 magn af danskri rjómafyllingu

Nuddaðu smjörinu eða smjörlíkinu inn í hveitið og sykurinn þar til blandan líkist brauðrasp. Bætið eggjarauðunum út í og blandið vel saman. Hyljið með plastfilmu (plastfilmu) og setjið í kæli í 1 klst. Fletjið út tvo þriðju hluta deigsins (pasta) og notið til að klæða smurð tertuform (hamborgaraform). Fylltu með rjómafyllingu. Fletjið út afganginn af deiginu og skerið bökutoppana út. Vætið brúnirnar og þrýstið á til að loka. Bakið í forhituðum ofni við 200°C/400°F/gasmark 6 í 15–20 mínútur þar til þær eru gullinbrúnar. Látið kólna í formunum.

Ávaxtatertur

Það er búið að vera 12

75 g / 3 oz / 1/3 bolli smjör eða smjörlíki, skorið í teninga

175 g / 6 oz / 1½ bollar venjulegt hveiti (allur tilgangur)

45 ml / 3 matskeiðar flórsykur (ofurfínn)

10 ml / 2 tsk fínt rifinn appelsínubörkur

1 eggjarauða

15 ml / 1 matskeið af vatni

175 g / 6 oz / ¾ bolli rjómaostur

15 ml / 1 matskeið af mjólk

350 g/12 oz blandaðir ávextir eins og helminguð og fræhreinsuð vínber, mandarínuhlutar, sneidd jarðarber, brómber eða hindber

45 ml / 3 matskeiðar apríkósasulta (soðið), sigtað (sígað)

15 ml / 1 matskeið af vatni

Nuddaðu smjörinu eða smjörlíkinu inn í hveitið þar til blandan líkist brauðrasp. Bætið við 30 ml / 2 msk af sykri og helmingnum af appelsínuberkinum. Bætið eggjarauðunni út í og aðeins nóg af vatni til að mynda mjúkt deig. Pakkið inn í plastfilmu (plastfilmu) og kælið í 30 mínútur.

Fletjið deigið út (líma) í 3mm/1/8 þykkt á létt hveitistráðu yfirborði og notið til að klæðast 12 barquetteformum eða tartlettum. Hyljið smjörpappír (vaxpappír), fyllið með baunum og bakið í forhituðum ofni við 190°C/375°F/gas 5 í 10 mínútur. Fjarlægðu pappírinn og baunirnar og bakaðu í aðrar 5 mínútur þar til þær eru gullnar. Látið kólna í formunum í 5 mínútur og setjið svo inn í ofn til að klára kælingu.

Þeytið ostinn saman við mjólkina, afganginn af sykri og appelsínuberki þar til það er slétt. Hellið í mót (bökuskeljar) og raðið ávöxtunum ofan á. Hitið sultuna og vatnið á lítilli pönnu þar til það hefur blandast vel saman, penslið síðan yfir ávextina til að gljáa. Geymið í kæli áður en það er borið fram.

Genósk terta

Gerir 23 cm / 9 á tertuna

100 g / 4 oz laufabrauð

50 g / 2 oz / ¼ bolli smjör eða smjörlíki, mildað

75 g / 3 oz / 1/3 bolli flórsykur (ofurfínn)

75 g / 3 oz / ¾ bolli möndlur, saxaðar

3 egg, aðskilin

2,5 ml / ½ tsk vanillukjarna (þykkni)

100 g / 4 oz / 1 bolli venjulegt hveiti (allur tilgangur)

100 g / 4 oz / 2/3 bolli flórsykur, sigtaður

Safi úr ½ sítrónu

Fletjið deigið út á létt hveitistráðu yfirborði og klæðið 23cm/9 (form) kökuform. Saxið allt með gaffli. Þeytið smjör eða smjörlíki og flórsykur þar til létt og ljóst. Bætið möndlunum, eggjarauðunum og vanilludropum smám saman út í. Bætið hveitinu út í. Þeytið eggjahvíturnar þar til þær eru stífar og blandið þeim svo saman við blönduna. Hellið í bökuformið og bakið í forhituðum ofni við 190°C/375°F/gasmark 5 í 30 mínútur. Látið kólna í 5 mínútur. Blandið flórsykrinum saman við sítrónusafann og dreifið ofan á bökuna.

Engiferbaka

Gerir 23 cm / 9 á tertuna

225 g / 8 oz / 2/3 bolli gullsíróp (létt maís)

250 ml / 8 fl oz / 1 bolli sjóðandi vatn

2,5 ml / ½ teskeið malað engifer

60 ml / 4 matskeiðar fínt saxað sykur engifer (kristallað)

30 ml / 2 matskeiðar maísmjöl (maissterkja)

15 ml / 1 matskeið rjómaduft

1 kassi af basic svamptertu

Hitið sírópið, vatnið og malaða engiferið að suðu og bætið síðan kristallaða engiferinu út í. Blandið maísmjölinu og rjómaduftinu saman í mauk með smá vatni, hrærið út í engiferblönduna og eldið við vægan hita í nokkrar mínútur og hrærið stöðugt í. Setjið fyllinguna í bökuformið (skel) og látið kólna og harðna.

Sultubökur

Það er búið að vera 12

Smáskorpudeig 225 g / 8 oz

175 g / 6 oz / ½ bolli þétt eða heil ávaxtasulta (geymsla)

Fletjið deigið út (deigið) og klæðið smurt rúlluform (bökunarplötu). Skiptið sultunni á milli tertanna og bakið í forhituðum ofni við 200°C/400°F/gasmark 6 í 15 mínútur.

Pekanbaka

Gerir 23 cm / 9 á tertuna

Smáskorpudeig 225 g / 8 oz

50 g / 2 oz / ½ bolli pekanhnetur

3 egg

225 g / 8 oz / 2/3 bolli gullsíróp (létt maís)

75 g / 3 oz / 1/3 bolli mjúkur púðursykur

2,5 ml / ½ tsk vanillukjarna (þykkni)

Smá salt

Fletjið deigið út (líma) á létt hveitistráð yfirborð og notaðu til að klæða smurt 23cm/9 búðingsform. Hyljið með bökunarpappír (vaxið), fyllið með baunum og blindbakað í forhituðum ofni við 190°C/375°F /gasmark 5 í 10 mínútur. Fjarlægðu pappírinn og baunirnar.

Raðið hnetunum í aðlaðandi mynstur í sætabrauðsforminu. Þeytið eggin þar til þau eru ljós og froðukennd. Bætið sírópinu út í, síðan sykrinum og haltu áfram að þeyta þar til sykurinn leysist upp. Bætið vanilludropum og salti saman við og þeytið þar til slétt. Setjið blönduna í pönnuna og setjið í forhitaðan ofn í 10 mínútur. Lækkið ofnhitann í 180°C/350°F/gasmark 4 og bakið í 30 mínútur í viðbót þar til hann er gullinbrúnn. Látið kólna og harðna áður en það er borið fram.

Pecan og eplabaka

Gerir 23 cm / 9 á tertuna

2 egg

350 g / 12 oz / 1½ bolli flórsykur (ofurfínn)

50 g / 2 oz / ½ bolli venjulegt hveiti (allur tilgangur)

10 ml / 2 tsk lyftiduft

Smá salt

100 g/4 oz eldunar (böku) epli, afhýdd, kjarnhreinsuð og skorin í teninga

100 g / 4 oz / 1 bolli pekanhnetur eða valhnetur

150 ml / ¼ pt / 2/3 bolli þeyttur rjómi

Þeytið eggin þar til þau eru ljós og froðukennd. Bætið við öllu hráefninu sem eftir er nema rjóma, einu í einu í þeirri röð sem tilgreind er. Hellið í smurt og klætt 23cm/9 kökuform (bökunarform) og bakið í forhituðum ofni við 160°C/325°F/gas 3 í um það bil 45 mínútur þar til það er vel lyft og gullið. Berið fram með rjómanum.

Gainsborough Tart

Gerir 20 cm/8 tommu tertu

25 g / 1 oz / 2 matskeiðar smjör eða smjörlíki

2,5 ml / ½ tsk lyftiduft

50 g / 2 oz / ¼ bolli flórsykur (ofurfínn)

100 g / 4 oz / 1 bolli þurrkuð kókos (rifin)

50 g / 2 oz / ¼ bolli gljáð (sykrað) kirsuber, hakkað

2 þeytt egg

Bræðið smjörið, blandið afganginum saman og hellið í smurt og klætt 20cm/8 kökuform. Bakið í forhituðum ofni við 180°C/350°F/gasmark 4 í 30 mínútur þar til það er mjúkt að snerta.

Sítrónubaka

Gerir 25 cm / 10 böku

Smáskorpudeig 225 g / 8 oz

100 g / 4 oz / ½ bolli smjör eða smjörlíki

4 egg

Rifinn hýði og safi úr 2 sítrónum

100 g / 4 oz / ½ bolli flórsykur (ofurfínn)

250 ml / 8 fl oz / 1 bolli tvöfaldur rjómi (þungur)

Myntulauf til að skreyta

Fletjið deigið út á létt hveitistráðu yfirborði og klæðið 25cm / 10 móform.Stungið í botninn með gaffli. Hyljið með bökunarpappír (vaxið) og fyllið með baunum. Bakið í forhituðum ofni við 200°C/400°F/gasmark 6 í 10 mínútur. Fjarlægðu pappírinn og baunirnar og bakaðu í 5 mínútur í viðbót þar til botninn þornar. Lækkið ofnhitann í 160°C/325°F/gasmerki 3.

Bræðið smjörið eða smjörlíkið og látið kólna í 1 mínútu. Þeytið eggin með sítrónuberki og safa. Bætið smjöri, sykri og rjóma út í. Hellið í deigbotninn og bakið við lækkaðan hita í 20 mínútur. Látið kólna og kælið áður en það er borið fram, skreytt með myntulaufi.

Sítrónutertur

Það er búið að vera 12

225 g/8 oz/1 bolli smjör eða smjörlíki, mildað

75 g / 3 oz / ½ bolli flórsykur, sigtaður

175 g / 6 oz / 1½ bollar venjulegt hveiti (allur tilgangur)

50 g / 2 oz / ½ bolli maísmjöl (maissterkja)

5 ml / 1 tsk rifinn sítrónubörkur

Upp á þak:

30 ml / 2 matskeiðar sítrónuost

30 ml / 2 matskeiðar flórsykur, sigtaður

Blandið öllu kökuhráefninu þar til það er slétt. Hellið í sprautupoka og pípið skrautlega í 12 pappírsform sem sett eru í brauðform (brauðform). Bakið í forhituðum ofni við 180°C/350°F/gasmark 4 í 20 mínútur þar til þær eru gullinbrúnar. Látið kólna aðeins, setjið síðan skeið af sítrónusósu ofan á hverja köku og stráið flórsykri yfir.

Appelsínuterta

Gerir 23 cm / 9 á tertuna

1 kassi af basic svamptertu

400 ml / 14 fl oz / 1¾ bollar appelsínusafi

150 g / 5 oz / 2/3 bolli flórsykur (ofurfínn)

30 ml / 2 matskeiðar rjómaduft

15 g / ½ oz / 1 matskeið smjör eða smjörlíki

15 ml / 1 matskeið rifinn appelsínubörkur

Nokkrar niðursoðnar appelsínusneiðar (valfrjálst)

Undirbúðu grunn svampkökuboxið (skel). Á meðan það er eldað skaltu blanda 250 ml / 8 fl oz / 1 bolli appelsínusafa saman við sykur, rjómaduft og smjör eða smjörlíki. Látið suðuna koma upp við vægan hita og eldið varlega þar til hún er glær og þykk. Bætið appelsínuberkinum saman við. Um leið og búðingkassinn kemur úr ofninum, hellið afganginum af appelsínusafanum yfir, bætið appelsínufyllingunni út í búðinginn og látið kólna og harðna. Skreytið með niðursoðnum appelsínusneiðum, ef vill.

Perurterta

Gerir 20 cm/8 tommu tertu

1 magn af Pâte Sucrée

Fyrir fyllinguna:

150 ml / ¼ pt / 2/3 bolli tvöfaldur rjómi (þungur)

2 egg

50 g / 2 oz / ¼ bolli flórsykur (ofurfínn)

5 perur

Fyrir glerunginn:

75 ml / 5 matskeiðar sólberja gelatín (tær rotvarið)

30 ml / 2 matskeiðar af vatni

Kreistur sítrónusafi

Fletjið pâte sucrée út og klæðið 20cm/8 móform.Klæðið bökunarpappír (vaxið) og fyllið með baunum og bakið í forhituðum ofni við 190°C/375°F/gasmark 5 í 12 mínútur. Takið úr ofninum, fjarlægið pappír og baunir og látið kólna.

Til að búa til fyllinguna er blandað saman rjóma, eggjum og sykri. Afhýðið og kjarnhreinsið perurnar og skerið í tvennt eftir endilöngu. Setjið niðurskurðarhliðina niður og skerið næstum að miðju peranna, en látið þær samt vera ósnortnar. Raðið í bökubox (skel). Hellið rjómablöndunni yfir og bakið í forhituðum ofni við 190°C/375°F/gasmark 4 í 45 mínútur, hyljið með smjörpappír (vaxpappír) ef það brúnast áður en það hefur stífnað. Látið kólna.

Til að gera áleggið, bræðið sultuna, vatnið og sítrónusafann í litlum potti þar til það hefur blandast vel saman. Penslið ávextina á meðan kremið er enn heitt og látið stífna. Berið fram sama dag.

Peru- og möndluterta

Gerir 20 cm/8 tommu tertu

Fyrir sætabrauðið (líma):

100 g / 4 oz / 1 bolli venjulegt hveiti (allur tilgangur)

50 g / 2 oz / ½ bolli malaðar möndlur

50 g / 2 oz / ¼ bolli flórsykur (ofurfínn)

75 g / 3 oz / 1/3 bolli smjör eða smjörlíki, skorið í teninga og mýkt

1 eggjarauða

Nokkrir dropar af möndluþykkni (útdráttur)

Fyrir fyllinguna:

1 eggjarauða

50 g / 2 oz / ¼ bolli flórsykur (ofurfínn)

50 g / 2 oz / ½ bolli malaðar möndlur

30 ml / 2 matskeiðar líkjör með perubragði eða annar líkjör eftir smekk

3 stórar perur

Fyrir kremið:

3 egg

25 g / 1 oz / 2 matskeiðar flórsykur (ofurfínn)

300 ml / ½ pt / 1¼ bollar venjulegur rjómi (létt)

Til að búa til deigið skaltu blanda hveiti, möndlum og sykri í skál og gera holu í miðjunni. Bætið smjöri eða smjörlíki, eggjarauðu og vanilludropum út í og blandið hráefninu saman smátt og smátt þar til þú færð mjúkt deig. Pakkið inn í plastfilmu (plastfilmu) og kælið í 45 mínútur. Fletjið út á hveitistráðu yfirborði og notið til að klæða smurt og fóðrað 20cm/8 flan mót (pönnu) Hyljið með vatnsheldum (vaxbættum) pappír og fyllið með baunum og bakið blind í forhituðum ofni við 200°C/400°F/ gasmerki 6 í 15 mínútur. Fjarlægðu pappírinn og baunirnar.

Til að búa til fyllinguna, þeytið eggjarauða og sykur. Bætið möndlunum og líkjörnum út í og setjið blönduna í sætabrauðsformið (bökuskel). Afhýðið, kjarnhreinsið og helmingið perurnar og raðið þeim síðan með flatri hlið niður á fyllinguna.

Til að búa til rjómann, þeytið egg og sykur þar til létt og ljóst. Bætið rjómanum út í. Hyljið perurnar með rjóma og bakið í forhituðum ofni við 180°C/350°F/gasmark 4 í um það bil 15 mínútur þar til kremið er stíft.

Konungleg rúsínuterta

Gerir 20 cm/8 tommu tertu

Fyrir sætabrauðið (líma):

100 g / 4 oz / ½ bolli smjör eða smjörlíki

225 g / 8 oz / 2 bollar venjulegt hveiti (allur tilgangur)

Smá salt

45 ml / 3 matskeiðar kalt vatn

Fyrir fyllinguna:

50 g / 2 oz / ½ bolli köku mola

175 g / 6 oz / 1 bolli rúsínur

1 eggjarauða

5 ml / 1 tsk rifinn sítrónubörkur

Upp á þak:

225 g / 8 oz / 11/3 bollar flórsykur, sigtaður

1 eggjahvíta

5 ml / 1 tsk sítrónusafi

Klára:

45 ml / 3 matskeiðar sólberjagelatín (tær varðveita)

Til að búa til deigið, nuddið smjörinu eða smjörlíkinu inn í hveitið og saltið þar til blandan líkist brauðrasp. Blandið nógu miklu af köldu vatni til að búa til deig. Pakkið inn í plastfilmu (plastfilmu) og kælið í 30 mínútur.

Fletjið deigið út og klæðið 20cm/8 fermetra kökuform (form). Blandið innihaldsefnum fyllingarinnar og dreifið yfir botninn og jafnar yfirborðið. Þeytið hráefnin til áleggsins og dreifið yfir kökuna. Þeytið rauðberjasultuna þar til hún er slétt og leggið síðan grindahönnun yfir kökuna. Bakið í forhituðum ofni við 190°C/375°F/gasmark 5 í 30 mínútur, lækkið síðan ofnhitann í 180°C/350°F/gasmark 4 og bakið í 10 mínútur í viðbót.

Rúsínu- og sýrður rjómabaka

Gerir 23 cm / 9 á tertuna

Smáskorpudeig 225 g / 8 oz

30 ml/2 msk venjulegt hveiti (allur tilgangur)

2 egg, létt þeytt

60 ml / 4 matskeiðar flórsykur (ofurfínn)

250 ml / 8 fl oz / 1 bolli sýrður rjómi

225 g / 8 oz / 11/3 bollar rúsínur

60 ml / 4 matskeiðar romm eða brandí

Nokkrir dropar af vanilluþykkni (þykkni)

Fletjið deigið út (líma) í 5 mm/¼ þykkt á létt hveitistráðu yfirborði. Blandið saman hveiti, eggjum, sykri og rjóma, bætið við rúsínum, rommi eða brandy og vanilludropum. Setjið blönduna í sætabrauðsformið og bakið í forhituðum ofni við 200°C/400°F/gasmark 6 í 20 mínútur. Lækkið ofnhitann í 180°C/350°F/gasmark 4 og bakið í 5 mínútur til viðbótar þar til það er stíft.

Jarðarberjabaka

Gerir 20 cm/8 tommu tertu

1 magn af Pâte Sucrée

Fyrir fyllinguna:

5 eggjarauður

175 g / 6 oz / ¾ bolli flórsykur (ofurfínn)

75 g / 3 oz / ¾ bolli maísmjöl (maissterkja)

1 vanillustöng (baun)

450 ml / ¾ pt / 2 bollar mjólk

15 g / ½ oz / 1 matskeið smjör eða smjörlíki

550 g / 1¼ lb jarðarber, helminguð

Fyrir glerunginn:

75 ml / 5 matskeiðar sólberja gelatín (tær rotvarið)

30 ml / 2 matskeiðar af vatni

Kreistur sítrónusafi

Fletjið út deigið (deigið) og klæðið 20 cm/8 (form) bökunarform. Hyljið með bökunarpappír (vaxið) og fyllið með baunum og setjið í forhitaðan ofn við 190°C/375°F/gasmark 5 í 12 mínútur. Takið úr ofninum, fjarlægið pappír og baunir og látið kólna.

Til að búa til fyllinguna, þeytið eggjarauður og sykur þar til blandan er létt og loftkennd og skríður úr þeytaranum í tætlur. Bætið maísmjölinu út í. Setjið vanillustöngina í mjólkina og látið suðuna koma upp. Fjarlægðu vanillustöngina. Þeytið eggjablönduna smám saman út í. Hellið blöndunni á hreina pönnu og látið suðuna koma upp, hrærið stöðugt í, og eldið, enn hrært í, í 3 mínútur. Takið af hitanum og bætið smjöri eða smjörlíki út í þar til það hefur bráðnað. Hyljið með smurðum bökunarpappír (vaxið) og látið kólna.

Hellið rjómanum í sætabrauðsformið (terta) og raðið jarðarberjunum fallega ofan á. Til að búa til gljáann, bræðið sultuna, vatnið og sítrónusafann þar til það hefur blandast vel saman. Penslið ávextina á meðan kremið er enn heitt og látið stífna. Berið fram sama dag.

Melassebaka

Gerir 20 cm/8 tommu tertu

75 g / 3 oz / 1/3 bolli smjör eða smjörlíki

175 g / 6 oz / 1½ bollar venjulegt hveiti (allur tilgangur)

15 ml / 1 matskeið flórsykur (ofurfínn)

1 eggjarauða

30 ml / 2 matskeiðar af vatni

225 g / 8 oz / 2/3 bolli gullsíróp (létt maís)

50 g / 2 oz / 1 bolli ferskt brauðrasp

5 ml / 1 tsk sítrónusafi

Nuddaðu smjörinu eða smjörlíkinu inn í hveitið þar til blandan líkist brauðrasp. Bætið sykrinum út í, bætið eggjarauðunni og vatni saman við og blandið saman til að mynda deig (líma). Pakkið inn í plastfilmu (plastfilmu) og kælið í 30 mínútur.

Fletjið deigið út og klæðið 20 cm/8 tommu móform með fóðri. Hitið sírópið og blandið því saman við brauðmylsnuna og sítrónusafann. Setjið fyllinguna með skeið í sætabrauðsformið og bakið í forhituðum ofni við 180°C/350°F/gasmark 4 í 35 mínútur þar til það er freyðandi.

Valhnetu- og treacle terta

Gerir 20 cm/8 tommu tertu

Smáskorpudeig 225 g / 8 oz

100 g / 4 oz / ½ bolli smjör eða smjörlíki, mildað

50 g / 2 oz / ¼ bolli mjúkur púðursykur

2 þeytt egg

175 g / 6 oz / ½ bolli gullsíróp (létt maís), hlýtt

100 g / 4 oz / 1 bolli valhnetur, smátt saxaðar

Rifinn börkur af 1 sítrónu

Safi úr ½ sítrónu

Fletjið deigið út (deigið) og klæðið smurt 20cm/8 kökuform (form). Hyljið með bökunarpappír (vaxið) og fyllið með baunum og setjið í forhitaðan ofn við 200°C/400°F/gasmark 6 í 10 mínútur. Taktu úr ofninum og fjarlægðu pappírinn og baunirnar. Lækkið ofnhitann í 180°C/350°F/gasmerki 4.

Þeytið smjör eða smjörlíki og sykur þar til létt og ljóst. Þeytið eggin smám saman og bætið síðan sírópinu, valhnetunum, sítrónuberkinum og safanum út í. Setjið í bökuformið og bakið í 45 mínútur þar til þær eru gylltar og stökkar.

Amish Shoo-flugukaka

Gerir 23 x 30 cm köku

225 g/8 oz/1 bolli smjör eða smjörlíki, mildað

225 g / 8 oz / 2 bollar venjulegt hveiti (allur tilgangur)

225 g / 8 oz / 2 bollar heilhveiti (heilhveiti)

450 g / 1 lb / 2 bollar mjúkur púðursykur

350 g / 12 únsur / 1 bolli svartur treacle (melassi)

10 ml / 2 tsk matarsódi (natríumbíkarbónat)

450 ml / ¾ pt / 2 bollar sjóðandi vatn

Nuddaðu smjörinu eða smjörlíkinu inn í hveitið þar til blandan líkist brauðrasp. Bætið sykrinum út í. Geymið 100 g / 4 oz / 1 bolli af blöndunni fyrir áleggið. Blandið saman melassanum, matarsódanum og vatni og hrærið saman við hveitiblönduna þar til þurrefnin eru frásogast. Hellið í smurt og hveitistráð 23 x 30 cm / 9 x 12 kökuform (bökunarplötu) og stráið frátekinni blöndu yfir. Bakið í forhituðum ofni við 180°C/350°F/gasmark 4 í 35 mínútur þar til teini sem stungið er í miðjuna kemur hreinn út. Berið það fram heitt.

Boston Custard sneið

Gerir 23 cm / 9 köku

100 g / 4 oz / ½ bolli smjör eða smjörlíki, mildað

225 g / 8 oz / 1 bolli flórsykur (ofurfínn)

2 egg, létt þeytt

2,5 ml / ½ tsk vanillukjarna (þykkni)

175 g / 6 oz / 1½ bolli sjálfhækkandi hveiti

5 ml / 1 tsk lyftiduft

Smá salt

60 ml / 4 matskeiðar mjólk

rjómafylling

Þeytið smjör eða smjörlíki og sykur þar til létt og ljóst. Bætið eggjunum og vanilludropunum smám saman út í og þeytið vel eftir hverja útsetningu. Blandið saman hveiti, geri og salti og bætið út í blönduna til skiptis ásamt mjólkinni. Hellið í smurt og hveitistráð 23cm/9 kökuform (bökunarplötu) og bakið í forhituðum ofni við 180°C/350°F/gasmark 4 í 30 mínútur þar til það er stíft að snerta. Skerið kökuna lárétt þegar hún er orðin köld og smyrjið tveimur helmingunum saman við rjómafyllinguna.

Amerísk hvít fjallakaka

Gerir 23 cm / 9 köku

225 g/8 oz/1 bolli smjör eða smjörlíki, mildað

450 g / 1 lb / 2 bollar flórsykur (ofurfínn)

3 egg, létt þeytt

350 g / 12 oz / 3 bollar sjálfhækkandi hveiti

15 ml / 1 matskeið lyftiduft

1,5 ml / ¼ teskeið salt

250 ml / 8 fl oz / 1 bolli mjólk

5 ml / 1 tsk vanillukjarna (þykkni)

5 ml / 1 tsk möndlukjarni (þykkni)

Fyrir sítrónufyllinguna:

45 ml / 3 matskeiðar maísmjöl (maissterkja)

75 g / 3 oz / 1/3 bolli flórsykur (ofurfínn)

1,5 ml / ¼ teskeið salt

300 ml / ½ pkt / 1¼ bollar mjólk

25 g / 1 oz / 2 matskeiðar smjör eða smjörlíki

90 ml / 6 matskeiðar sítrónusafi

5 ml / 1 tsk rifinn sítrónubörkur

Fyrir frostið:

350 g / 12 oz / 1½ bolli flórsykur (ofurfínn)

Smá salt

2 eggjahvítur

75 ml / 5 matskeiðar kalt vatn

15 ml / 1 matskeið gullsíróp (létt maís)

5 ml / 1 tsk vanillukjarna (þykkni)

175 g / 6 oz / 1½ bollar þurrkuð kókos (rifin)

Þeytið smjör eða smjörlíki og sykur þar til létt og ljóst. Bætið eggjunum út í smátt og smátt. Blandið saman hveiti, geri og salti og bætið svo út í rjómann til skiptis ásamt mjólkinni og kjarnanum. Hellið blöndunni í þrjú smurð og klædd 23cm/9 kökuform (bökunarform) og bakið í forhituðum ofni við 180°C/350°F/gasmark 4 í 30 mínútur þar til teini sem stungið er í miðjuna kemur hreinn út. Látið kólna.

Til að búa til fyllinguna, blandið saman maísmjöli, sykri og salti og þeytið síðan mjólkinni út í þar til það er slétt. Bætið smjörinu eða smjörlíkinu í bita saman við og þeytið við vægan hita í um 2 mínútur þar til það þykknar. Bætið sítrónusafanum og hýði út í. Látið kólna og kælið.

Til að búa til frosting skaltu blanda öllu hráefninu, nema vanilludropum og kókos, saman í hitaþolinni skál sem sett er yfir pönnu með sjóðandi vatni. Þeytið í um 5 mínútur þar til það er stíft. Bætið vanilluþykkni út í og þeytið í 2 mínútur í viðbót.

Til að setja kökuna saman, dreifið botnlagið með helmingi sítrónufyllingarinnar og stráið 25 g/1 oz/¼ bolli kókos yfir. Endurtaktu með öðru lagi. Dreifið frostinu yfir toppinn og hliðarnar á kökunni og stráið afganginum af kókosnum yfir.

Amerísk súrmjólkurkaka

Gerir 23 cm / 9 köku

100 g / 4 oz / ½ bolli smjör eða smjörlíki, mildað

225 g / 8 oz / 1 bolli flórsykur (ofurfínn)

2 egg, létt þeytt

5 ml / 1 tsk rifinn sítrónubörkur

5 ml / 1 tsk vanillukjarna (þykkni)

225 g / 8 oz / 2 bollar sjálfhækkandi hveiti (sjálfhækkandi)

5 ml / 1 tsk lyftiduft

5 ml / 1 tsk matarsódi (natríumbíkarbónat)

Smá salt

250 ml / 8 fl oz / 1 bolli súrmjólk

Sítrónufylling

Þeytið smjör eða smjörlíki og sykur þar til létt og ljóst. Þeytið eggin smám saman og bætið síðan sítrónuberkinum og vanilludropum saman við. Blandið saman hveiti, lyftidufti, matarsóda og salti og bætið út í blönduna til skiptis ásamt súrmjólkinni. Þeytið vel þar til slétt. Hellið blöndunni í tvö smurð og hveitistráð 23cm/9 kökuform (bökunarform) og bakið í forhituðum ofni við 180°C/350°F/gasmark 4 í 25 mínútur þar til þær eru þéttar við snertingu. Látið kólna í pönnunum í 5 mínútur áður en það er sett á vírgrind til að klára kælingu. Þegar það er kólnað skaltu búa til samloku saman við sítrónufyllinguna.

Karabíska engifer- og rommkaka

Gerir 20 cm / 8 köku

50 g / 2 oz / ¼ bolli smjör eða smjörlíki

120 ml / 4 fl oz / ½ bolli svartur treacle (melassi)

1 egg, létt þeytt

60 ml / 4 matskeiðar romm

100 g / 4 oz / 1 bolli sjálfhækkandi hveiti (sjálfhækkandi)

10 ml / 2 tsk engiferduft

75 g / 3 oz / 1/3 bolli mjúkur púðursykur

25 g/1 oz kandískt (kristallað) engifer, saxað

Bræðið smjörið eða smjörlíkið með melassanum við vægan hita og látið kólna aðeins. Blandið því sem eftir er af hráefnunum saman til að búa til mjúkt deig. Hellið í smurt og klætt 20cm/8 hringaform (bökunarform) og bakið í forhituðum ofni við 200°C/400°F/gasmark 6 í 20 mínútur þar til það er vel lyft og stíft viðkomu.

Sachertorte

Gerir 20 cm / 8 köku

200 g / 7 oz / 1¾ bollar hreint súkkulaði (hálfsætt)

8 egg, aðskilin

100 g / 4 oz / ½ bolli ósaltað (sætt) smjör, brætt

2 eggjahvítur

Smá salt

150 g / 5 oz / 2/3 bolli flórsykur (ofurfínn)

Nokkrir dropar af vanilluþykkni (þykkni)

100 g / 4 oz / 1 bolli venjulegt hveiti (allur tilgangur)

Fyrir kökuna (kremið):

150 g / 5 oz / 1¼ bollar hreint súkkulaði (hálfsætt)

250 ml / 8 fl oz / 1 bolli venjulegur rjómi (létt)

175 g / 6 oz / ¾ bolli flórsykur (ofurfínn)

Nokkrir dropar af vanilluþykkni (þykkni)

1 hrært egg

100 g / 4 oz / 1/3 bolli apríkósasulta (soðið), sigtað (sígað)

Bræðið súkkulaðið í hitaþolinni skál yfir pönnu með sjóðandi vatni. Takið af hitanum. Þeytið eggjarauðurnar létt saman við smjörið og bætið bræddu súkkulaðinu út í. Þeytið allar eggjahvítur og salt þar til þær eru stífar, bætið svo sykri og vanilludropum smám saman út í og þeytið áfram þar til stinnir toppar myndast. Blandið því smám saman í súkkulaðiblönduna og blandið síðan hveitinu saman við. Hellið blöndunni í tvö smurð og klædd 20cm/8 kökuform og bakið í forhituðum ofni við 180°C/350°F/gasmark 4 í 45 mínútur þar til teini sem stungið er í miðjuna kemur hreinn út. Veltið út á grind og látið kólna.

Til að búa til áleggið, bræðið súkkulaðið með rjómanum, sykri og vanilluþykkni við meðalhita þar til það hefur blandast vel saman, eldið síðan í 5 mínútur án þess að hræra. Blandið nokkrum skeiðum af súkkulaðiblöndunni saman við eggið, bætið við súkkulaðið og eldið í 1 mínútu, hrærið stöðugt í. Takið af hitanum og látið kólna að stofuhita.

Smurðu kökunum saman við apríkósasultuna. Hyljið alla kökuna með súkkulaðikremi, sléttið yfirborðið með spaða eða spaða. Látið kólna og kælið í nokkrar klukkustundir þar til kremið harðnar.

Karabíska rommkaka

Gerir 20 cm / 8 köku

450 g / 1 lb / 22/3 bollar blandaðir þurrkaðir ávextir (ávaxtakökublanda)

225 g / 8 oz / 11/3 bollar sultanas (gylltar rúsínur)

100 g / 4 oz / 2/3 bolli rúsínur

100 g / 4 oz / 2/3 bollar sólber

50 g / 2 oz / ¼ bolli gljáð kirsuber (sykruð)

300 ml / ½ pt / 1¼ bollar rauðvín

225 g/8 oz/1 bolli smjör eða smjörlíki, mildað

225 g / 8 oz / 1 bolli mjúkur púðursykur

5 egg, létt þeytt

10 ml / 2 tsk svartur treacle (melassi)

225 g / 8 oz / 2 bollar venjulegt hveiti (allur tilgangur)

50 g / 2 oz / ½ bolli malaðar möndlur

5 ml / 1 teskeið af kanildufti

5 ml / 1 tsk rifinn múskat

5 ml / 1 tsk vanillukjarna (þykkni)

300 ml / ½ pkt / 1¼ bollar romm

Setjið alla ávextina og vínið á pönnu og látið suðuna koma upp. Lækkið hitann í lágan, hyljið og látið standa í 15 mínútur, takið síðan af hitanum og látið kólna. Þeytið smjör eða smjörlíki og sykur þar til létt og loftkennt, blandið síðan eggjunum og melassanum smám saman út í. Bætið þurrefnunum saman við. Bætið ávaxtablöndunni, vanillukjarna og 45 ml / 3 msk af rommi saman við. Hellið í smurt og skeiðklætt 20cm/8 mót og setjið í forhitaðan ofn við 160°C/325°F/gasmark 3 í 3 klukkustundir þar til hann hefur lyft sér vel og teini sem stungið er í miðjuna kemur hreinn út. Látið kólna á pönnunni í 10 mínútur og setjið síðan á grind til að klára kælingu. Gatið toppinn á kökunni með þunnum teini og setjið rommið sem eftir er yfir. Vefjið inn í álpappír og látið þroskast eins lengi og hægt er.

Dansk smjörkaka

Gerir 23 cm / 9 köku

225 g / 8 oz / 1 bolli smjör eða smjörlíki, skorið í teninga

175 g / 6 oz / 1½ bollar venjulegt hveiti (allur tilgangur)

40 g / 1½ oz ferskt ger eða 60 ml / 4 matskeiðar þurrger

15 ml / 1 matskeið kornsykur

1 hrært egg

½ magn af danskri rjómafyllingu

60 ml / 4 matskeiðar flórsykur, sigtaður

45 ml / 3 matskeiðar sólber

Dýfðu 100 g / 4 oz / ½ bolli smjöri eða smjörlíki í hveitið. Þeytið ger og strásykur, bætið hveiti og smjöri saman við eggið og þeytið þar til þú færð slétt deig. Lokið og látið standa á heitum stað í um 1 klukkustund þar til tvöfaldast að stærð.

Færið yfir á hveitistráð yfirborð og hnoðið vel. Fletjið út þriðjung af deiginu og klæðið botninn á smurðu 23cm/9 lausbotna kökuformi (bökunarformi). Dreifið rjómafyllingunni yfir deigið.

Fletjið afganginn af deiginu út í rétthyrning um það bil 5 mm/¼ þykkt. Þeytið afganginn af smjörinu eða smjörlíkinu með flórsykrinum og hrærið rifsberjunum saman við. Dreifið yfir deigið, skilið eftir skarð í brúnunum og rúllið deiginu frá stystu hliðinni. Skerið í sneiðar og raðið ofan á rjómafyllinguna. Lokið og látið hefast á hlýjum stað í um 1 klst. Bakið í forhituðum ofni við 230°C/450°F/gasmark 8 í 25–30 mínútur, þar til það er vel lyft og gullið að ofan.

Dansk kardimommukaka

Gerir eina 900g/2lb köku

225 g/8 oz/1 bolli smjör eða smjörlíki, mildað

225 g / 8 oz / 1 bolli flórsykur (ofurfínn)

3 egg

350 g / 12 oz / 3 bollar venjulegt hveiti (allur tilgangur)

10 ml / 2 tsk lyftiduft

10 kardimommufræ, möluð

150 ml / ¼ pt / 2/3 bolli mjólk

45 ml / 3 matskeiðar rúsínur

45 ml / 3 matskeiðar saxaður blandaður hýði (kristallaður)

Þeytið smjör eða smjörlíki og sykur þar til létt og ljóst. Bætið eggjunum út í smátt og smátt, þeytið vel eftir hverja viðbót. Bætið hveiti, ger og kardimommum út í. Hrærið mjólkinni, rúsínunum og blönduðu hýði smám saman út í. Færið í smurt og klætt 900g/2lb brauðform (bökunarplötu) og bakið í forhituðum ofni við 190°C/375°F/gasmark 5 í 50 mínútur þar til teini sem stungið er í miðjuna kemur hreinn út.

Gâteau Pithiviers

Gerir 25 cm / 10 köku

100 g / 4 oz / ½ bolli smjör eða smjörlíki, mildað

100 g / 4 oz / ½ bolli flórsykur (ofurfínn)

1 egg

1 eggjarauða

100 g / 4 oz / 1 bolli malaðar möndlur

30 ml / 2 matskeiðar romm

Smjördeig 400 g

Fyrir glerunginn:

1 hrært egg

30 ml / 2 matskeiðar flórsykur

Þeytið smjör eða smjörlíki og sykur þar til létt og ljóst. Bætið egginu og eggjarauðunni út í, bætið möndlunum og rommi saman við. Fletjið helminginn af deiginu (líma) út á létt hveitistráðan flöt og skerið í 23 cm/9 hring. Setjið á röka bökunarplötu og dreifið fyllingunni yfir deigið í 1cm/½in. Frá brúninni. Fletjið út afganginn af deiginu og skerið í 25 cm/10 hring. Skerið 1cm/½ tommu hring frá brún þessa hrings. Penslið brún deigsbotnsins með vatni og þrýstið hringnum í kringum brúnina, þrýstið varlega þannig að hann passi. Penslið með vatni og þrýstið seinni hringnum ofan á og þéttið brúnirnar. Lokaðu og krullaðu brúnirnar. Penslið toppinn með þeyttu eggi og skerið mynstur af geislamynduðum skurðum ofan á með hnífsblaði. Bakið í forhituðum ofni við 220°C/425°F/gasmark 7 í 30 mínútur þar til það er lyft og gullið. Sigtið flórsykurinn yfir og bakið í 5 mínútur í viðbót þar til það er glansandi. Berið fram heitt eða kalt.

Galette Des Rois

Gerir 18cm/7 köku

250 g / 9 oz / 2¼ bollar venjulegt hveiti (allur tilgangur)

5 ml / 1 teskeið af salti

200 g / 7 oz / lítið 1 bolli ósaltað smjör (sætt), skorið í teninga

175 ml / 6 fl oz / ¾ bolli vatn

1 egg

1 eggjahvíta

Setjið hveiti og salt í skál og gerið holu í miðjunni. Bætið við 75 g / 3 oz / 1/3 bolli smjöri, vatninu og öllu egginu og blandið þar til þú færð mjúkt deig. Lokið og látið hvíla í 30 mínútur.

Fletjið deigið út í langan ferhyrning á létt hveitistráðu yfirborði. Smyrjið tveimur þriðju af deiginu með þriðjungi af smjörinu sem eftir er. Brjótið óhjúpað deigið yfir smjörið og brjótið síðan afganginn yfir. Lokaðu brúnunum og kældu í 10 mínútur. Fletjið deigið út aftur og endurtakið með helmingnum af smjörinu sem eftir er. Kældu, opnaðu og bætið afganginum af smjörinu út í og kælið síðan í 10 mínútur.

Rúllaðu deiginu í 2,5 cm/1 þykkan hring um það bil 18 cm/7 í þvermál. Setjið á smurða bökunarplötu, penslið með eggjahvítu og látið standa í 15 mínútur. Bakið í forhituðum ofni við 180°C/350°F/gasmark 4 í 15 mínútur þar til það er vel lyft og gullið.

Karamellukrem

Gerir 15 cm / 6 köku

Fyrir karamellu:

100 g / 4 oz / ½ bolli flórsykur (ofurfínn)

150 ml / ¼ pt / 2/3 bolli vatn

Fyrir kremið:

600 ml / 1 pkt / 2½ bollar mjólk

4 egg, létt þeytt

15 ml / 1 matskeið flórsykur (ofurfínn)

1 appelsína

Til að búa til karamelluna, setjið sykur og vatn í lítinn pott og leysið upp við vægan hita. Látið suðuna koma upp, sjóðið síðan án þess að hræra í um það bil 10 mínútur þar til sírópið er orðið djúpt gullbrúnt. Hellið í 15cm/6 souffléform og hallið réttinum þannig að karamellan renni niður botninn.

Til að búa til rjómann, hitið mjólkina, hellið yfir eggin og sykurinn og þeytið vel. Hellið á disk. Setjið réttinn í steikarpönnu (steikarpönnu) fyllt með heitu vatni til að koma hálfa leið upp með hliðum fatsins. Bakið í forhituðum ofni við 170°C/325°F/gasmark 3 í 1 klukkustund þar til stíft. Látið það kólna áður en það er farið á disk. Afhýðið appelsínuna og skerið lárétt og skerið síðan hverja sneið í tvennt. Raðið utan um karamelluna til að skreyta.

Gugelhopf

Gerir 20 cm / 8 köku

25 g/1 oz ferskt ger eða 40 ml/2½ msk þurrger

120 ml / 4 fl oz / ½ bolli heit mjólk

100 g / 4 oz / 2/3 bolli rúsínur

15 ml / 1 matskeið romm

450 g / 1 lb / 4 bollar venjulegt sterkt hveiti (brauð)

5 ml / 1 teskeið af salti

Smá af rifnum múskat

100 g / 4 oz / ½ bolli flórsykur (ofurfínn)

Rifinn börkur af 1 sítrónu

175 g / 6 oz / ¾ bolli smjör eða smjörlíki, mýkt

3 egg

100 g / 4 oz / 1 bolli hvítaðar möndlur

Sælgætissykur til að strá yfir

Þeytið gerið með smá heitri mjólk og látið standa á heitum stað í 20 mínútur þar til froðukennt. Setjið rúsínurnar í skál, stráið rommi yfir og látið liggja í bleyti. Setjið hveiti, salt og múskat í skál og bætið sykri og sítrónuberki út í. Búið til holu í miðjunni, hellið gerblöndunni, afganginum af mjólk, smjöri eða smjörlíki og eggjum út í og vinnið saman að deigi. Setjið í olíuskál, hyljið með olíuborinni plastfilmu (plastfilmu) og látið standa á heitum stað í 1 klst þar til tvöfaldast að stærð. Smyrjið ríkulega 20 cm / 8 gugelhopf pönnu (ríflað pípulaga pönnu) og setjið möndlurnar utan um botninn. Hnoðið rúsínurnar og rommið í upphækkað deigið og blandið vel saman. Hellið blöndunni í formið, lokið og látið standa á heitum stað í 40 mínútur, þar til deigið nær tvöfaldast að rúmmáli og nær efst á pönnuna. Bakið í forhituðum ofni við 200°C/400°F/gasmark 6 í 45 mínútur þar til teini sem stungið er í miðjuna kemur hreinn út. Í lok bökunar skaltu hylja með tvöföldu lagi af smjörpappír (vaxpappír) ef kakan er að brúnast of mikið. Takið úr forminu og látið kólna og stráið svo flórsykri yfir.

Lúxus súkkulaði Gugelhopf

Gerir 20 cm / 8 köku

25 g/1 oz ferskt ger eða 40 ml/2½ msk þurrger

120 ml / 4 fl oz / ½ bolli heit mjólk

50 g / 2 oz / 1/3 bolli rúsínur

50 g / 2 oz / 1/3 bolli rifsber

25 g / 1 oz / 3 matskeiðar saxaður blandaður hýði (sykrað)

15 ml / 1 matskeið romm

450 g / 1 lb / 4 bollar venjulegt sterkt hveiti (brauð)

5 ml / 1 teskeið af salti

5 ml / 1 tsk malað pipar

Klípa af möluðu engifer

100 g / 4 oz / ½ bolli flórsykur (ofurfínn)

Rifinn börkur af 1 sítrónu

175 g / 6 oz / ¾ bolli smjör eða smjörlíki, mýkt

3 egg

Upp á þak:

60 ml / 4 matskeiðar apríkósasulta (geymd), sigtuð (síguð)

30 ml / 2 matskeiðar af vatni

100 g / 4 oz / 1 bolli hreint súkkulaði (hálfsætt)

50 g / 2 oz / ½ bolli flögaðar möndlur (flögur), ristaðar

Þeytið gerið með smá heitri mjólk og látið standa á heitum stað í 20 mínútur þar til froðukennt. Setjið rúsínurnar, rúsínurnar og blandað hýði í skál, stráið rommi yfir og látið liggja í bleyti. Setjið hveiti, salt og krydd í skál og bætið við sykri og sítrónuberki. Búið til holu í miðjunni, hellið gerblöndunni, afganginum af mjólk og eggjum út í og vinnið saman að deigi. Setjið í olíuskál, hyljið með olíuborinni plastfilmu (plastfilmu) og látið standa á heitum stað í 1 klst þar til tvöfaldast að stærð. Hnoðið ávextina og rommið í upphækkað deigið og blandið vel saman. Setjið deigið yfir í vel smurt 20cm/8 gugelhopf form, setjið lok á og látið standa á heitum stað í 40 mínútur þar til deigið hefur næstum tvöfaldast í rúmmáli og nær efst í formin. Bakið í forhituðum ofni við 200°C/400°F/gasmark 6 í 45 mínútur þar til teini sem stungið er í miðjuna kemur hreinn út. Í lok bökunar skaltu hylja með tvöföldu lagi af smjörpappír (vaxpappír) ef kakan er að verða of brún. Takið úr mold og látið kólna.

Hitið hlaupið með vatninu, hrærið þar til það er mjög einsleitt. Penslið yfir kökuna. Bræðið súkkulaðið í hitaþolinni skál yfir pönnu með sjóðandi vatni. Dreifið yfir kökuna og stráið möndlunum í botninn áður en súkkulaðið harðnar.

Stolið

Gerir þrjár 350g/12oz kökur

15 g/½ oz ferskt ger eða 20 ml/4 tsk þurrger

15 ml / 1 matskeið flórsykur (ofurfínn)

120 ml / 4 fl oz / ½ bolli heitt vatn

25 g / 1 oz / ¼ bolli venjulegt sterkt hveiti (brauð)

Fyrir ávaxtadeigið:

450 g / 1 lb / 4 bollar venjulegt sterkt hveiti (brauð)

5 ml / 1 teskeið af salti

75 g / 3 oz / 1/3 bolli demerara sykur

1 egg, létt þeytt

225 g / 8 oz / 11/3 bollar rúsínur

30 ml / 2 matskeiðar romm

50 g / 2 oz / 1/3 bolli hakkað blandað hýði (sykrað)

50 g / 2 oz / ½ bolli malaðar möndlur

5 ml / 1 teskeið af kanildufti

100 g / 4 oz / ½ bolli bráðið smjör eða smjörlíki

175 g / 6 oz möndlumauk

Fyrir glerunginn:

1 egg, létt þeytt

75 g / 3 oz / 1/3 bolli flórsykur (ofurfínn)

90 ml / 6 matskeiðar af vatni

50 g / 2 oz / ½ bolli flögaðar möndlur (hakkaðar)

Sælgætissykur til að strá yfir

Til að búa til gerblönduna skaltu blanda gerinu og sykrinum saman í mauk með volgu vatni og hveiti. Látið standa á heitum stað í 20 mínútur þar til froða myndast.

Til að búa til ávaxtadeigið skaltu setja hveiti og salt í skál, bæta við sykrinum og búa til holu í miðjunni. Bætið egginu saman við gerblönduna og blandið þar til þú færð slétt deig. Bætið við rúsínum, rommi, blönduðu hýðunum, möluðum möndlum og kanil og hnoðið þar til það er slétt. Setjið í olíuberjaða skál, hyljið með olíuðri plastfilmu (plastfilmu) og látið standa á heitum stað í 30 mínútur.

Skiptið deiginu í þrjá hluta og fletjið það út í um það bil 1 cm / ½ þykka ferhyrninga. Penslið smjörið yfir. Skiptið möndlumaukinu í þriðju og rúllið í pylsuform. Setjið einn í miðju hvers ferhyrnings og brjótið deigið yfir. Snúið við með saumnum undir og setjið á smurða bökunarplötu (kex). Penslið með eggi, hyljið með olíuðri plastfilmu (plastfilmu) og látið standa á hlýjum stað í 40 mínútur þar til tvöfaldast að stærð.

Bakið í forhituðum ofni við 220°C/425°F/gasmark 7 í 30 mínútur þar til þær eru gullinbrúnar.

Á meðan skaltu sjóða sykurinn með vatninu í 3 mínútur þar til þú færð þykkt síróp. Penslið toppinn á hverri stollen með sírópinu og stráið möndlum og flórsykri yfir.

Möndlu Stollen

Gerir tvö 450 g / 1 lb brauð

15 g/½ oz ferskt ger eða 20 ml/4 tsk þurrger

50 g / 2 oz / ¼ bolli flórsykur (ofurfínn)

300 ml / ½ pt / 1¼ bollar heit mjólk

1 egg

Rifinn börkur af 1 sítrónu

Smá af rifnum múskat

450 g / 1 lb / 4 bollar venjulegt hveiti (alhliða)

Smá salt

100 g / 4 oz / 2/3 bolli saxaður blandaður hýði (sykrað)

175 g / 6 oz / 1½ bollar möndlur, saxaðar

50 g / 2 oz / ¼ bolli bráðið smjör eða smjörlíki

75 g / 3 oz / ½ bolli flórsykur, sigtaður, til að rykhreinsa

Þeytið gerið saman við 5 ml / 1 tsk af sykri og smá af volgu mjólkinni og látið standa á heitum stað í 20 mínútur þar til froðukennt. Þeytið eggið með afganginum af sykri, sítrónuberki og múskati, þeytið síðan gerblöndunni út í með hveiti, salti og afganginum af volgri mjólk og þeytið þar til þú færð mjúkt deig. Setjið í olíuberjaða skál, hyljið með olíuðri plastfilmu (plastfilmu) og látið standa á heitum stað í 30 mínútur.

Hnoðið skelina og möndlurnar, hyljið aftur og látið standa á heitum stað í 30 mínútur þar til tvöfaldast að stærð.

Skiptið deiginu í tvennt. Rúllaðu helmingnum í 30cm/12 pylsuform. Ýttu rúllunni í miðjuna til að gera dýfu, brjótið síðan aðra hliðina eftir endilöngu og þrýstið varlega. Endurtaktu með hinum helmingnum. Setjið bæði á smurða og klædda bökunarplötu (kex), hyljið með olíuðri plastfilmu (plastfilmu) og látið standa á heitum stað í 25 mínútur þar til tvöfaldast að stærð. Bakið í forhituðum ofni við 200°C/400°F/gasmark 6 í 1 klukkustund þar til hann er gullinn og tannstöngull sem stungið er í miðjuna kemur hreinn út. Penslið hlýju bollurnar ríkulega með bræddu smjöri og stráið flórsykri yfir.

Pistasíuhneta Stollen

Gerir tvö 450 g / 1 lb brauð

15 g/½ oz ferskt ger eða 20 ml/4 tsk þurrger

50 g / 2 oz / ¼ bolli flórsykur (ofurfínn)

300 ml / ½ pt / 1¼ bollar heit mjólk

1 egg

Rifinn börkur af 1 sítrónu

Smá af rifnum múskat

450 g / 1 lb / 4 bollar venjulegt hveiti (alhliða)

Smá salt

100 g / 4 oz / 2/3 bolli saxaður blandaður hýði (sykrað)

100 g / 4 oz / 1 bolli saxaðar pistasíuhnetur

100 g / 4 oz möndlumauk

15 ml / 1 matskeið maraschino líkjör

50 g / 2 oz / 1/3 bolli flórsykur, sigtaður

Upp á þak:

50 g / 2 oz / ¼ bolli bráðið smjör eða smjörlíki

75 g / 3 oz / ½ bolli flórsykur, sigtaður, til að rykhreinsa

Þeytið gerið saman við 5 ml / 1 tsk af sykri og smá af volgu mjólkinni og látið standa á heitum stað í 20 mínútur þar til froðukennt. Þeytið eggið með afganginum af sykri, sítrónuberki og múskati, þeytið síðan gerblöndunni út í með hveiti, salti og afganginum af volgri mjólk og þeytið þar til þú færð mjúkt deig. Setjið í olíuberjaða skál, hyljið með olíuðri plastfilmu (plastfilmu) og látið standa á heitum stað í 30 mínútur.

Maukið skel og pistasíublönduna, lokið aftur og látið standa á heitum stað í 30 mínútur þar til hún hefur tvöfaldast. Vinnið möndlumauk, líkjör og flórsykur þar til þú færð mauk, fletjið það út í 1 cm / ½ þykkt og skerið í teninga. Safnið deiginu saman þannig að teningarnir verði heilir.

Skiptið deiginu í tvennt. Rúllaðu helmingnum í 30cm/12 pylsuform. Ýttu rúllunni í miðjuna til að gera dýfu, brjótið síðan aðra hliðina eftir endilöngu og þrýstið varlega. Endurtaktu með seinni hálfleik. Setjið bæði á smurða og klædda bökunarplötu (kex), hyljið með olíuðri plastfilmu (plastfilmu) og látið standa á heitum stað í 25 mínútur þar til tvöfaldast að stærð. Bakið í forhituðum ofni við 200°C/400°F/gasmark 6 í 1 klukkustund þar til hann er gullinn og tannstöngull sem stungið er í miðjuna kemur hreinn út. Penslið hlýju bollurnar ríkulega með bræddu smjöri og stráið flórsykri yfir.

baklava

Það er búið að vera 24

450 g / 1 lb / 2 bollar flórsykur (ofurfínn)

300 ml / ½ pt / 1¼ bollar vatn

5 ml / 1 tsk sítrónusafi

30 ml / 2 matskeiðar rósavatn

350 g / 12 oz / 1½ bollar brætt ósaltað (sætt) smjör

450 g / 1 lb filo deig (líma)

675 g / 1½ lb / 6 bollar möndlur, smátt saxaðar

Til að búa til sírópið, leysið sykurinn upp í vatni við vægan hita, hrærið af og til. Bætið sítrónusafanum út í og látið suðuna koma upp. Sjóðið í 10 mínútur þar til það verður síróp, bætið síðan rósavatninu út í og látið kólna og geymið síðan í kæli.

Penslið stórt eldfast mót með bræddu smjöri. Setjið helminginn af phyllo plötunum í lag á pönnuna, penslið hverja með smjöri. Brjótið brúnirnar til að halda fyllingunni. Stráið möndlunum yfir. Haltu áfram að dreifa afganginum af deiginu, penslaðu hverja plötu með bræddu smjöri. Penslið yfirborðið ríkulega með smjöri. Skerið deigið í töflur um það bil 5 cm / 2 í breidd. Bakið í forhituðum ofni við 180°C/350°F/gasmark 4 í 25 mínútur þar til það er stökkt og gullið. Hellið köldu sírópinu yfir og látið kólna.

Hvirfil af ungverskri streitu

16

25 g/1 oz ferskt ger eða 40 ml/2½ msk þurrger

15 ml / 1 matskeið mjúkur púðursykur

300 ml / ½ pt / 1¼ bollar heitt vatn

15 ml / 1 matskeið smjör eða smjörlíki

450 g / 1 lb / 4 bollar heilhveiti (heilhveiti)

15 ml / 1 matskeið þurrmjólk (léttmjólkurduft)

5 ml / 1 tsk malað krydd (eplabaka)

2,5 ml / ½ teskeið salt

1 egg

175 g / 6 oz / 1 bolli rifsber

100 g / 4 oz / 2/3 bolli sultanas (gylltar rúsínur)

50 g / 2 oz / 1/3 bolli rúsínur

50 g / 2 oz / 1/3 bolli hakkað blandað hýði (sykrað)

Upp á þak:

75 g / 3 oz / ¾ bolli heilhveiti (heilhveiti)

50 g / 2 oz / ¼ bolli bráðið smjör eða smjörlíki

75 g / 3 oz / 1/3 bolli mjúkur púðursykur

25 g / 1 oz / ¼ bolli sesamfræ

Fyrir fyllinguna:

50 g / 2 oz / ¼ bolli mjúkur púðursykur

50 g / 2 oz / ¼ bolli smjör eða smjörlíki, mildað

50 g / 2 oz / ½ bolli malaðar möndlur

2,5 ml / ½ tsk rifinn múskat

25 g / 2 oz / 1/3 bolli saxaðar sveskjur (pittaðar)

1 hrært egg

Blandið gerinu og sykrinum saman við smá heitt vatn og látið standa á heitum stað í 10 mínútur þar til froðukennt er. Dreifið smjöri eða smjörlíki í hveitið, bætið þurrmjólkinni út í, blandið saman kryddi og salti og gerið holu í miðjunni. Bætið egginu, gerblöndunni og restinni af volga vatninu saman við og blandið þar til þú færð deig. Hnoðið þar til slétt og teygjanlegt. Maukið rúsínurnar, sultanurnar, rifsberin og blönduðu hýðina. Setjið í olíuberjaða skál, hyljið með olíuborinni plastfilmu (plastfilmu) og látið standa á heitum stað í 1 klst.

Blandið innihaldsefnunum fyrir áleggið saman þar til það er molað. Til að búa til fyllinguna er smjörið eða smjörlíkið þeytt saman við sykurinn og möndlunum og múskatinu bætt út í. Fletjið deigið út þar til það myndar stóran ferhyrning um það bil 1cm/½ þykkt. Smyrjið með fyllingunni og stráið plómunum yfir. Rúllið upp eins og svissneska rúlla (hlaup), penslið brúnirnar með eggi til að loka. Skerið í 2,5 cm / 1 sneiðar og raðið þeim í grunnt, smurt ofnmót (bökunarplötu). Penslið með eggi og stráið áleggsblöndunni yfir. Lokið og látið hefast á heitum stað í 30 mínútur. Bakið í forhituðum ofni við 220°C/425°F/gasmark 7 í 30 mínútur.

Panforte

Gerir 23 cm / 9 köku

175 g / 6 oz / ¾ bolli kornsykur

175 g / 6 oz / ½ bolli létt hunang

100 g / 4 oz / 2/3 bolli þurrkaðar fíkjur, saxaðar

100 g / 4 oz / 2/3 bolli saxaður blandaður hýði (sykrað)

50 g / 2 oz / ¼ bolli gljáð (sykrað) kirsuber, hakkað

50 g / 2 oz / ¼ bolli gljáður (sósaður) ananas, saxaður

175 g / 6 oz / 1½ bolli hvítaðar möndlur, gróft saxaðar

100 g / 4 oz / 1 bolli valhnetur, gróft saxaðar

100 g / 4 oz / 1 bolli heslihnetur, gróft saxaðar

50 g / 2 oz / ½ bolli venjulegt hveiti (allur tilgangur)

25 g / 1 oz / ¼ bolli kakó (ósykrað súkkulaði) duft

5 ml / 1 teskeið af kanildufti

Smá af rifnum múskat

15 ml/1 matskeið flórsykur, sigtaður

Leysið hunangskornsykurinn upp á pönnu og setjið yfir lágan hita. Látið suðuna koma upp og sjóðið í 2 mínútur þar til þú færð þykkt síróp. Blandið ávöxtunum og hnetunum saman við og bætið hveiti, kakói og kryddi saman við. Bætið sírópinu út í. Hellið blöndunni í smurt 23cm/9 samlokupönnu klætt með hrísgrjónapappír. Bakið í forhituðum ofni við 180°C/350°F/gasmark 4 í 45 mínútur. Látið kólna á pönnunni í 15 mínútur og setjið síðan á grind til að kólna. Stráið flórsykri yfir áður en borið er fram.

Makkarónur borðakaka

Gerir 23 cm / 9 köku

300 g / 11 oz / 2¾ bollar venjulegt hveiti (allur tilgangur)

50 g / 2 oz / ¼ bolli bráðið smjör eða smjörlíki

3 þeytt egg

Smá salt

225 g / 8 oz / 2 bollar möndlur, saxaðar

200 g / 7 oz / lítill 1 bolli flórsykur (ofurfínn)

Rifinn hýði og safi úr 1 sítrónu

90 ml / 6 matskeiðar kirsch

Setjið hveitið í skál og gerið holu í miðjunni. Bætið smjöri, eggjum og salti út í og þeytið þar til þú færð mjúkt deig. Fletjið vel út og skerið í mjóa strimla. Blandið saman möndlum, sykri og sítrónuberki. Smyrjið 23 cm / 9 kökuform (bökunarplötu) og stráið með hveiti. Raðið lagi af deigborðum neðst á forminu, stráið smá af möndlublöndunni yfir og dreyftið smá af kirschinu yfir. Haltu áfram að dreifa, endar með lagi af núðlum. Hyljið með bökunarpappír (vaxið) og bakið við 180°C/350°F/gasmark 4 í 1 klukkustund. Takið varlega af og berið fram heitt eða kalt.

Ítölsk hrísgrjónakaka með Grand Marnier

Gerir 20 cm / 8 köku

1,5 lítrar / 2½ punktar / 6 bollar mjólk

Smá salt

350 g / 12 oz / 1½ bollar arborio hrísgrjón eða önnur meðalkornin hrísgrjón

Rifinn börkur af 1 sítrónu

60 ml / 4 matskeiðar flórsykur (ofurfínn)

3 egg

25 g / 1 oz / 2 matskeiðar smjör eða smjörlíki

1 eggjarauða

30 ml / 2 matskeiðar saxaður blandaður hýði (kristallaður)

225 g / 8 oz / 2 bollar sneiddar möndlur, ristaðar

45 ml / 3 matskeiðar Grand Marnier

30 ml / 2 matskeiðar þurr brauðrasp

Hitið mjólkina og saltið að suðu á þykkri pönnu, bætið hrísgrjónunum og sítrónuberkinum út í, setjið lok á og eldið í 18 mínútur, hrærið af og til. Takið af hellunni og bætið við sykri, eggjum og smjöri eða smjörlíki og látið kólna. Bætið við eggjarauðunni, blönduðu hýði, valhnetum og Grand Marnier. Smyrjið 20 cm / 8 kökuform og stráið brauðrasp yfir. Hellið blöndunni í formið og bakið í forhituðum ofni við 150°C/300°F/gasmark 2 í 45 mínútur þar til teini sem stungið er í miðjuna kemur hreinn út. Látið kólna á pönnunni, takið úr forminu og berið fram heitt.

Sikileysk svampkaka

Gerir köku sem er 23 x 9 cm / 7 x 3½

Madeira kaka 450 g / 1 lb

Fyrir fyllinguna:

450 g / 1 lb / 2 bollar ricotta ostur

50 g / 2 oz / ¼ bolli flórsykur (ofurfínn)

30 ml / 2 matskeiðar tvöfaldur rjómi (þungur)

30 ml / 2 matskeiðar saxaður blandaður hýði (kristallaður)

15 ml / 1 matskeið saxaðar möndlur

30 ml / 2 msk líkjör með appelsínubragði

50 g / 2 oz / ½ bolli hreint súkkulaði (hálfsætt), rifið

Fyrir kökuna (kremið):

350 g / 12 oz / 3 bollar hreint súkkulaði (hálfsætt)

175 ml / 6 fl oz / ¾ bolli sterkt svart kaffi

225 g / 8 oz / 1 bolli ósaltað smjör (sætt) eða smjörlíki

Skerið kökuna langsum í 1 cm / ½ sneiðar. Til að búa til fyllinguna skaltu færa ricotta í gegnum sigti (sigti) og blanda þar til það er slétt. Bætið við sykri, rjóma, blönduðu hýðinu, möndlunum, líkjörnum og súkkulaðinu. Raðið kökulögunum og ricottablöndunni í 450g/1lb álpappírsklædda brauðform (bökunarform) og endið með kökulagi. Brjótið álpappírinn yfir og geymið í kæli í 3 klukkustundir þar til það er stíft.

Til að búa til frosting, bræðið súkkulaðið og kaffið í hitaþolinni skál sem er sett yfir pott með sjóðandi vatni. Bætið smjörinu eða smjörlíkinu út í og haltu áfram að þeyta þar til þú færð einsleita blöndu. Látið það kólna þar til það þykknar.

Takið kökuna af álpappírnum og setjið á fat. Frostið eða dreifið frosti yfir toppinn og hliðarnar á kökunni og skerið í mynstur með gaffli, ef vill. Geymið í kæli þar til það er stíft.

Ítölsk Ricotta kaka

Gerir 25 cm / 10 köku

Fyrir sósuna:

Hindber 225 g

250 ml / 8 fl oz / 1 bolli vatn

50 g / 2 oz / ¼ bolli flórsykur (ofurfínn)

30 ml / 2 matskeiðar maísmjöl (maissterkja)

Fyrir fyllinguna:

450 g / 1 lb / 2 bollar ricotta ostur

225 g / 8 oz / 1 bolli rjómaostur

75 g / 3 oz / 1/3 bolli flórsykur (ofurfínn)

5 ml / 1 tsk vanillukjarna (þykkni)

Rifinn börkur af 1 sítrónu

Rifinn börkur af 1 appelsínu

Ein 25cm/10 englamatarkaka

Til að búa til sósuna, þeytið hráefnin þar til hún er slétt, hellið því næst í lítinn pott og hitið við meðalhita, hrærið, þar til sósan þykknar og byrjar að sjóða. Sigtið og fargið fræjunum, ef vill. Lokið og kælið.

Til að búa til fyllinguna, þeytið öll hráefnin þar til þau hafa blandast vel saman.

Skerið kökuna lárétt í þrjú lög og setjið saman tvo þriðju hluta fyllingarinnar og dreifið afganginum ofan á. Lokið og kælið þar til tilbúið til að bera fram með sósunni hellt yfir.

Ítölsk Vermicelli kaka

Gerir 23 cm / 9 köku

225 g / 8 oz vermicelli

4 aðskilin egg

200 g / 7 oz / lítill 1 bolli flórsykur (ofurfínn)

225 g ricotta ostur

2,5 ml / ½ teskeið af kanildufti

2,5 ml / ½ teskeið malaður negull

Smá salt

50 g / 2 oz / ½ bolli venjulegt hveiti (allur tilgangur)

50 g / 2 oz / 1/3 bolli rúsínur

45 ml / 3 matskeiðar glært hunang

Einfaldur (léttur) eða tvöfaldur (þungur) rjómi til að bera fram

Látið suðu koma upp í stóra pönnu af vatni, bætið pastanu út í og sjóðið í 2 mínútur. Tæmið og þvoið í köldu vatni. Þeytið eggjarauður með sykrinum þar til þær eru léttar og ljósar. Bætið ricotta, kanil, negul og salti út í og bætið hveitinu út í. Bætið við rúsínum og pasta. Þeytið eggjahvíturnar þar til þær mynda mjúka toppa, blandið þeim síðan saman við kökublönduna. Hellið í smurt og klætt 23cm/9 kökuform (bökunarform) og bakið í forhituðum ofni við 200°C/400°F/gasmark 6 í 1 klukkustund þar til þær eru gullinbrúnar. Hitið hunangið varlega og hellið því yfir heitu kökuna. Berið fram heitt með rjóma.

Ítölsk valhnetu og mascarpone kaka

Gerir 23 cm / 9 köku

Smjördeig 450 g / 1 lb

175 g / 6 oz / ¾ bolli Mascarpone ostur

50 g / 2 oz / ¼ bolli flórsykur (ofurfínn)

30 ml / 2 matskeiðar apríkósasulta (geymsla)

3 eggjarauður

50 g / 2 oz / ½ bolli valhnetur, saxaðar

100 g / 4 oz / 2/3 bolli saxaður blandaður hýði (sykrað)

Fínt rifinn börkur af 1 sítrónu

Flórsykur, sigtaður, til að strá yfir

Fletjið deigið út og notið helminginn til að klæða smurt 23 cm/9 tommu móform (bökunarplötu). Þeytið Mascarpone með sykri, sultu og 2 eggjarauðum. Geymið 15 ml / 1 matskeið af valhnetunum til skrauts og blandið restinni saman við blönduna með sítrónuberki og -berki. Setjið í sætabrauðsform (böku). Hyljið fyllinguna með afganginum af deiginu (líma), vætið og þéttið brúnirnar. Þeytið restina af eggjarauðunum og penslið yfir. Bakið í forhituðum ofni við 200°C/400°F/gasmark 6 í 35 mínútur þar til það er lyft og gullið. Stráið fráteknum valhnetum yfir og stráið flórsykri yfir.

Hollensk eplakaka

Þjónar 8

150 g / 5 oz / 2/3 bolli smjör eða smjörlíki

225 g / 8 oz / 2 bollar venjulegt hveiti (allur tilgangur)

5 ml / 1 tsk lyftiduft

2 aðskilin egg

10 ml / 2 tsk sítrónusafi

900 g / 2 lb eldunar (baka) epli, óafhýdd, kjarnhreinsuð og skorin í sneiðar

175 g / 6 oz / 1 bolli tilbúnar þurrkaðar apríkósur, skornar í fjórða

100 g / 4 oz / 2/3 bolli rúsínur

30 ml / 2 matskeiðar af vatni

5 ml / 1 teskeið af kanildufti

50 g / 2 oz / ½ bolli malaðar möndlur

Nuddaðu smjörinu eða smjörlíkinu inn í hveitið og lyftiduftið þar til blandan líkist brauðrasp. Bætið eggjarauðunum og 5 ml/1 tsk sítrónusafa út í og blandið þar til þú hefur mjúkt deig. Fletjið út tvo þriðju hluta deigsins (pasta) og klæðið smurt 23 cm kökuform (form).

Setjið eplasneiðarnar, apríkósurnar og rúsínurnar á pönnu með afganginum af sítrónusafanum og vatni. Eldið varlega í 5 mínútur og látið renna af. Setjið ávextina í sætabrauðsformið. Blandið kanilnum saman við möluðu möndlunum og stráið ofan á. Fletjið restina af deiginu út og búið til lok fyrir kökuna. Lokaðu brúninni með smá vatni og penslið toppinn með eggjahvítu. Bakið í forhituðum ofni við 180°C/350°F/gasmark 4 í um 45 mínútur þar til stíft og gullið.

Einföld norsk kaka

Gerir 25 cm / 10 köku

225 g/8 oz/1 bolli smjör eða smjörlíki, mildað

275 g / 10 oz / 1¼ bollar flórsykur (ofurfínn)

5 egg

175 g / 6 oz / 1½ bollar venjulegt hveiti (allur tilgangur)

7,5 ml / 1½ tsk lyftiduft

Smá salt

5 ml / 1 tsk möndlukjarni (þykkni)

Þeytið smjör eða smjörlíki og sykur þar til það hefur blandast vel saman. Bætið eggjunum út í smátt og smátt, þeytið vel eftir hverja viðbót. Bætið hveiti, geri, salti og möndluþykkni út í þar til það er slétt. Flyttu yfir í ósmurt 25 cm/10 kökuform (bökunarform) og bakaðu í forhituðum ofni við 160°C/320°F/gasmark 3 í 1 klukkustund þar til það er stíft að snerta. Látið kólna á pönnunni í 10 mínútur áður en það er sett á grind til að klára kælingu.

Norsk Kransekake

Gerir 25 cm / 10 köku

450 g / 1 lb / 4 bollar malaðar möndlur

100 g / 4 oz / 1 bolli malaðar bitrar möndlur

450 g / 1 lb / 22/3 bollar púðursykur (krem)

3 eggjahvítur

Fyrir kökuna (kremið):

75 g / 3 oz / ½ bolli flórsykur

½ eggjahvíta

2,5 ml / ½ tsk sítrónusafi

Blandið möndlunum og flórsykrinum saman á pönnu. Bætið eggjahvítu út í og hitið blönduna við vægan hita þar til hún er orðin volg. Takið af hitanum og hrærið restinni af eggjahvítunum saman við. Hellið blöndunni í sprautupoka með 1 cm/½ tommu rifnum þjórfé. Og pípa 25cm/10in spíral. Í þvermál á smurðri ofnplötu (kex). Haltu áfram að pípa í spírölum, hver 5mm/¼in. Minni en sá fyrri, þar til þú hefur 5 cm / 2 í hring. Bakið í forhituðum ofni við 150°C/300°F/gasmark 2 í um það bil 15 mínútur þar til ljósbrúnt er. Á meðan þau eru enn heit skaltu setja þau ofan á hvort annað til að búa til turn.

Blandið hráefninu í frostinginn og setjið sikksakklínur yfir alla kökuna með fínum odd.

Portúgalskar kókoskökur

Það er búið að vera 12

4 aðskilin egg

450 g / 1 lb / 2 bollar flórsykur (ofurfínn)

450 g / 1 lb / 4 bollar þurrkuð kókos (rifin)

100 g / 4 oz / 1 bolli hrísgrjónamjöl

50 ml / 2 fl oz / 3½ matskeiðar rósavatn

1,5 ml / ¼ teskeið af kanildufti

1,5 ml / ¼ teskeið maluð kardimommur

Klípa af möluðum negul

Smá af rifnum múskat

25 g / 1 oz / ¼ bolli flögaðar möndlur (hakkaðar)

Þeytið eggjarauður með sykrinum þar til þær eru léttar og kremaðar. Bætið kókosnum út í og bætið hveitinu út í. Bætið við rósavatni og kryddi. Þeytið eggjahvíturnar þar til þær eru stífar og blandið saman við blönduna. Hellið í smurt 25cm/10 fermetra form og stráið möndlum yfir. Bakið í forhituðum ofni við 180°C/350°F/gasmark 4 í 50 mínútur þar til teini sem stungið er í miðjuna kemur hreinn út. Látið kólna á pönnunni í 10 mínútur og skerið síðan í ferninga.

Skandinavísk Tosca kaka

Gerir 23 cm / 9 köku

2 egg

150 g / 5 oz / 2/3 bolli mjúkur púðursykur

50 g / 2 oz / ¼ bolli bráðið smjör eða smjörlíki

10 ml / 2 tsk rifinn appelsínubörkur

150 g / 5 oz / 1¼ bollar venjulegt hveiti (allur tilgangur)

7,5 ml / 1½ tsk lyftiduft

60 ml / 4 matskeiðar tvöfaldur rjómi (þungur)

Upp á þak:

50 g / 2 oz / ¼ bolli smjör eða smjörlíki

50 g / 2 oz / ¼ bolli flórsykur (ofurfínn)

100 g / 4 oz / 1 bolli möndlur, saxaðar

15 ml / 1 matskeið tvöfaldur rjómi (þungur)

30 ml/2 msk venjulegt hveiti (allur tilgangur)

Þeytið eggin með sykrinum þar til þau verða ljós og ljós. Bætið smjöri eða smjörlíki og appelsínuberki út í og bætið svo hveitinu og gerinu út í. Bætið rjómanum út í. Hellið blöndunni í smurt og klætt 23cm/9 kökuform (bökunarplötu) og bakið í forhituðum ofni við 180°C/350°C/gasmark 4 í 20 mínútur.

Fyrir áleggið, hitið hráefnin á pönnu, hrærið þar til það hefur blandast vel saman og látið suðuna koma upp. Hellið yfir kökuna. Hækkið ofnhitann í 200°C/400°F/gasmark 6 og setjið kökuna aftur í ofninn í 15 mínútur til viðbótar þar til hún er gullinbrún.

Hertzog kökur frá Suður-Afríku

Það er búið að vera 12

75 g / 3 oz / ¾ bolli venjulegt hveiti (alhliða)

15 ml / 1 matskeið flórsykur (ofurfínn)

5 ml / 1 tsk lyftiduft

Smá salt

40 g / 1½ oz / 3 matskeiðar smjör eða smjörlíki

1 stór eggjarauða

5 ml / 1 teskeið af mjólk

Fyrir fyllinguna:

30 ml / 2 matskeiðar apríkósasulta (geymsla)

1 stór eggjahvíta

100 g / 4 oz / ½ bolli flórsykur (ofurfínn)

50 g / 2 oz / ½ bolli þurrkuð kókos (rifin)

Blandið saman hveiti, sykri, geri og salti. Nuddið smjöri eða smjörlíki út í þar til blandan líkist brauðrasp. Bætið við eggjarauðunni og nægri mjólk til að verða mjúkt deig. Hnoðið vel. Fletjið deigið út á létt hveitistráðu yfirborði, skerið í hringi með kexskera og notið til að klæða smurðar brauðformar (hamborgaraform). Setjið skeið af sultu í miðju hvers og eins.

Til að gera fyllinguna, þeytið eggjahvítuna þar til hún er stíf, bætið síðan sykrinum út í þar til hún verður stíf og glansandi. Bætið kókosnum út í. Hellið fyllingunni í formin (bökuskeljar), passið að hún hylji sultuna. Bakið í forhituðum ofni við 180°C/350°F/gasmark 4 í 20 mínútur þar til þær eru gullinbrúnar. Látið kólna í pönnunum í 5 mínútur áður en það er sett á vírgrind til að klára kælingu.

Basknesk kaka

Gerir 25 cm / 10 köku

Fyrir fyllinguna:

50 g / 2 oz / ¼ bolli flórsykur (ofurfínn)

25 g / 1 oz / ¼ bolli maísmjöl (maissterkja)

2 eggjarauður

300 ml / ½ pkt / 1¼ bollar mjólk

½ vanillustöng (baun)

Smá púðursykur

Fyrir kökuna:

275 g / 10 oz / 1¼ bollar smjör eða smjörlíki, mildað

175 g / 5 oz / ¼ bolli flórsykur (ofurfínn)

3 egg

5 ml / 1 tsk vanillukjarna (þykkni)

450 g / 1 lb / 4 bollar venjulegt hveiti (alhliða)

10 ml / 2 tsk lyftiduft

Smá salt

15 ml / 1 matskeið af brandy

Sælgætissykur til að strá yfir

Til að búa til fyllinguna, þeytið helminginn af hreinsaðri sykri saman við maíssterkju, eggjarauður og smá mjólk. Látið suðuna koma upp af mjólkinni og sykrinum með vanillustönginni, hellið síðan sykri og eggjablöndunni rólega út í og hrærið stöðugt í. Látið suðuna koma upp og eldið í 3 mínútur, þeytið stöðugt. Hellið í skál, stráið flórsykri yfir til að koma í veg fyrir að húð myndist og látið kólna.

Til að gera kökuna, þeytið smjör eða smjörlíki og flórsykur þar til létt og loftkennt. Bætið smám saman eggjunum og vanilludropunum út í, til skiptis með skeiðum af hveiti, lyftidufti og salti, bætið svo restinni af hveitinu út í. Færið blönduna yfir í sprautupoka með venjulegum 1cm/½ stút (odd) og pípið helminginn af blöndunni í spíral í botninn á smurðu og hveitistráðu 25cm/10 kökuformi (bökunarform). Hringdu toppinn í kringum brúnina til að mynda brún sem inniheldur fyllinguna. Fleygðu vanillustönginni af fyllingunni, bætið brennivíninu út í og þeytið þar til það er slétt, hellið síðan yfir kökublönduna. Dreifið afganginum af kökublöndunni í spíral yfir toppinn. Bakið í forhituðum ofni við 190°C/375°F/gasmark 5 í 50 mínútur þar til það er gullið og stíft viðkomu.

Möndlu- og rjómaosturprisma

Gerir 23 cm / 9 köku

200 g / 7 oz / 1¾ bollar smjör eða smjörlíki, mildað

100 g / 4 oz / ½ bolli flórsykur (ofurfínn)

1 egg

200 g / 7 oz / lítill 1 bolli rjómaostur

5 ml / 1 tsk sítrónusafi

2,5 ml / ½ teskeið af kanildufti

75 ml / 5 matskeiðar brandy

90 ml / 6 matskeiðar af mjólk

30 kex kex (smákökur)

Fyrir kökuna (kremið):

60 ml / 4 matskeiðar flórsykur

30 ml / 2 matskeiðar kakóduft (ósykrað súkkulaði).

100 g / 4 oz / 1 bolli hreint súkkulaði (hálfsætt)

60 ml / 4 matskeiðar af vatni

50 g / 2 oz / ¼ bolli smjör eða smjörlíki

100 g / 4 oz / 1 bolli möndlur í flögum (hakkaðar)

Þeytið smjör eða smjörlíki og sykur þar til létt og ljóst. Bætið egginu, rjómaosti, sítrónusafa og kanil saman við. Settu stóra álpappír á vinnuborð. Blandið brennivíninu og mjólkinni saman. Dýfðu 10 kexum í brennivínsblönduna og raðaðu þeim á blaðið, í rétthyrningi, tveimur kexum hátt og fimm kex að lengd. Dreifið ostablöndunni yfir kexið. Dýfið afganginum af kexinu í brandy og mjólk og setjið ofan á blönduna til að mynda langt þríhyrningslaga form. Brjótið álpappírinn saman og geymið í kæli yfir nótt.

Til að búa til áleggið er sykur, kakó, súkkulaði og vatn að sjóða í litlum potti og látið malla í 3 mínútur. Takið af hitanum og bætið smjörinu út í. Látið það kólna aðeins. Fjarlægðu álpappírinn af kökunni og dreifðu súkkulaðiblöndunni yfir. Þrýstið möndlunum út á meðan þær eru enn heitar. Geymið í kæli þar til það er stíft.

Black Forest Gateau

Gerir 18cm/7 köku

175 g / 6 oz / ¾ bolli smjör eða smjörlíki, mýkt

175 g / 6 oz / ¾ bolli flórsykur (ofurfínn)

3 egg, létt þeytt

150 g / 5 oz / 1¼ bollar sjálfhækkandi hveiti (sjálfhækkandi)

25 g / 1 oz / ¼ bolli kakó (ósykrað súkkulaði) duft

10 ml / 2 tsk lyftiduft

90 ml / 6 matskeiðar kirsuberjasulta (geymsla)

100 g / 4 oz / 1 bolli hreint súkkulaði (hálfsætt), fínt rifið

400 g / 14 oz / 1 stór dós svört kirsuber, tæmd og safi geymdur

150 ml / ¼ pt / 2/3 bolli tvöfaldur rjómi (þungur), þeyttur

10 ml / 2 tsk arrowroot

Þeytið smjör eða smjörlíki og sykur þar til létt og ljóst. Bætið eggjunum út í smátt og smátt og bætið við hveiti, kakói og lyftidufti. Skiptið blöndunni á milli tveggja smurðra og klæddra 18cm/7 samlokuforma (form) og bakið í forhituðum ofni við 180°C/350°F/gasmark 4 í 25 mínútur þar til hún er orðin stíf við snertingu. Látið kólna.

Smurðu kökunum saman við smá af sultunni og dreifðu afganginum á hliðina á kökunni. Þrýstið rifna súkkulaðinu á hliðina á kökunni. Raðið kirsuberjunum fallega ofan á. Smyrjið kreminu um efri brún kökunnar. Hitið örvarótina með smá af kirsuberjasafanum og penslið yfir ávextina til að gljáa.

Súkkulaði og möndlu Gâteau

Gerir 23 cm / 9 köku

100 g / 4 oz / 1 bolli hreint súkkulaði (hálfsætt)

100 g / 4 oz / ½ bolli smjör eða smjörlíki, mildað

150 g / 5 oz / 2/3 bolli flórsykur (ofurfínn)

3 egg, aðskilin

50 g / 2 oz / ½ bolli malaðar möndlur

100 g / 4 oz / 1 bolli venjulegt hveiti (allur tilgangur)

Fyrir fyllinguna:

225 g / 8 oz / 2 bollar hreint súkkulaði (hálfsætt)

300 ml / ½ pt / 1¼ bollar tvöfaldur rjómi (þungur)

75 g / 3 oz / ¼ bolli hindberjasulta (geymsla)

Bræðið súkkulaðið í hitaþolinni skál yfir pönnu með sjóðandi vatni. Þeytið smjörið eða smjörlíkið með sykrinum og bætið súkkulaðinu og eggjarauðunum saman við. Bætið möluðu möndlunum og hveiti út í. Stífþeytið eggjahvíturnar og blandið þeim saman við blönduna. Hellið í smurt og klætt 23cm/9 kökuform (bökunarform) og bakið í forhituðum ofni við 180°C/350°F/gasmark 4 í 40 mínútur þar til það er stíft að snerta. Látið kólna og skerið kökuna í tvennt lárétt.

Til að gera fyllinguna, bræðið súkkulaði og rjóma í hitaþolinni skál yfir pönnu með sjóðandi vatni. Hrærið þar til það er slétt, kælið síðan, hrærið af og til. Smurðu kökunum saman við sultuna og helminginn af súkkulaðikreminu, dreifðu afganginum af rjómanum yfir toppinn og hliðarnar á kökunni og láttu stífna.

Súkkulaði ostakaka Gâteau

Gerir 23 cm / 9 köku

Fyrir grunninn:

25 g / 1 oz / 2 matskeiðar flórsykur (ofurfínn)

175 g / 6 oz / 1½ bollar meltingarkexmola (Graham kex)

75 g / 3 oz / 1/3 bolli brætt smjör eða smjörlíki

Fyrir fyllinguna:

100 g / 4 oz / 1 bolli hreint súkkulaði (hálfsætt)

300 g / 10 oz / 1¼ bollar rjómaostur

3 egg, aðskilin

45 ml / 3 matskeiðar kakóduft (ósykrað súkkulaði).

25 g / 1 oz / ¼ bolli venjulegt hveiti (allur tilgangur)

50g / 2 oz / ¼ bolli mjúkur púðursykur

150 ml / ¼ pt / 2/3 bolli sýrður rjómi (mjólkursýra)

50 g / 2 oz / ¼ bolli flórsykur (ofurfínn) til skrauts:

100 g / 4 oz / 1 bolli hreint súkkulaði (hálfsætt)

25 g / 1 oz / 2 matskeiðar smjör eða smjörlíki

120 ml / 4 fl oz / ½ bolli tvöfaldur rjómi (þungur)

6 gljáð kirsuber (sykruð)

Til að búa til botninn, blandið sykrinum og kexmylsnunni saman við brædda smjörið og þrýstið í botninn og hliðarnar á smurðu 23cm/9 brauðformi.

Til að búa til fyllinguna, bræðið súkkulaðið í hitaþolinni skál yfir potti með sjóðandi vatni. Látið það kólna aðeins. Þeytið ostinn með eggjarauðunum, kakóinu, hveiti, púðursykri og rjóma og bætið brædda súkkulaðinu út í. Þeytið eggjahvíturnar þar til mjúkir toppar myndast, bætið síðan flórsykrinum út í og þeytið aftur þar til þær verða stífar og gljáandi. Brjótið blönduna saman við með málmskeið og setjið á botninn og jafnið yfirborðið. Bakið í forhituðum ofni við 160°C/325°F/gasmark 3 í 1½ klukkustund. Slökktu á ofninum og láttu kökuna kólna í ofninum með hurðina á glapunni. Kælið þar til það er stíft og takið af pönnunni.

Til að skreyta, bræðið súkkulaði og smjör eða smjörlíki í hitaþolinni skál sem sett er yfir pönnu með sjóðandi vatni. Takið af hellunni og látið kólna aðeins og bætið svo rjómanum út í. Hrærið súkkulaðinu yfir kökuna í mótum og skreytið með gljáðum kirsuberjum.

Súkkulaði Fudge Gâteau

Gerir 20 cm / 8 köku

75 g / 3 oz / ¾ bolli saxað hreint súkkulaði (hálfsætt)

200 ml / 7 fl oz / lítill 1 bolli mjólk

225 g / 8 oz / 1 bolli dökk púðursykur

75 g / 3 oz / 1/3 bolli smjör eða smjörlíki, mildað

2 egg, létt þeytt

2,5 ml / ½ tsk vanillukjarna (þykkni)

150 g / 5 oz / 1¼ bollar venjulegt hveiti (allur tilgangur)

25 g / 1 oz / ¼ bolli kakó (ósykrað súkkulaði) duft

5 ml / 1 tsk matarsódi (natríumbíkarbónat)

Fyrir kökuna (kremið):

100 g / 4 oz / 1 bolli hreint súkkulaði (hálfsætt)

100 g / 4 oz / ½ bolli smjör eða smjörlíki, mildað

225 g / 8 oz / 11/3 bollar flórsykur, sigtaður

Súkkulaðiflögur eða krullur til að skreyta

Bræðið súkkulaði, mjólk og 75 g / 3 oz / 1/3 bolli af sykri í potti og látið kólna aðeins. Þeytið smjörið og afganginn af sykri þar til létt og ljóst. Þeytið smám saman eggin og vanilluþykknið og bætið síðan súkkulaðiblöndunni út í. Blandið hveiti, kakói og matarsódanum varlega saman við. Hellið blöndunni í tvö smurð og fóðruð 20cm/8 samlokuform (form) og bakið í forhituðum ofni við 180°C/350°F/gasmark 4 í 30 mínútur þar til það verður fjörlegt viðkomu. Látið kólna í formunum í 3 mínútur og setjið svo inn í ofn til að klára kælingu.

Til að gera frosting, bræðið súkkulaðið í hitaþolinni skál yfir pönnu með sjóðandi vatni. Þeytið smjör eða smjörlíki með sykrinum þar til það er mjúkt og bætið bræddu súkkulaðinu út í. Smurðu kökunum saman við þriðjung af frostinu og dreifðu afganginum yfir toppinn og hliðarnar á kökunni. Skreyttu toppinn með muldum flögum eða búðu til krullur með því að skafa beittum hníf meðfram hliðinni á súkkulaðistykki.

Carob Mint Gâteau

Gerir 20 cm / 8 köku

3 egg

50 g / 2 oz / ¼ bolli flórsykur (ofurfínn)

75 g / 3 oz / 1/3 bolli sjálfhækkandi hveiti (sjálfhækkandi)

25 g / 1 oz / ¼ bolli karobduft

150 ml / ¼ pt / 2/3 bolli ferskur rjómi

Nokkrir dropar af piparmyntukjarna (útdráttur)

50 g / 2 oz / ½ bolli saxaðar blandaðar hnetur

Þeytið eggin þar til þau eru glær. Bætið sykrinum út í og haltu áfram þar til blandan er orðin létt og rjómalöguð og losar þeytarann í strimlum. Þetta getur tekið 15 til 20 mínútur. Blandið hveiti og karobdufti saman við og blandið saman við eggjablönduna. Hellið í tvö smurð og klædd 20cm/18 kökuform og bakið í forhituðum ofni við 180°C/350°F/gasmark 4 í 15 mínútur þar til það er fjörlegt viðkomu. Kalt.

Þeytið rjómann þar til mjúkir toppar myndast, bætið kjarnanum og valhnetunum út í. Skerið hverja köku í tvennt lárétt og setjið allar kökurnar saman við kremið.

Ís kaffi hlið

Gerir 18cm/7 köku

225 g / 8 oz / 1 bolli smjör eða smjörlíki

100 g / 4 oz / ½ bolli flórsykur (ofurfínn)

2 egg, létt þeytt

100 g / 4 oz / 1 bolli sjálfhækkandi hveiti (sjálfhækkandi)

Smá salt

30 ml / 2 matskeiðar kaffikjarni (þykkni)

100 g / 4 oz / 1 bolli möndlur í flögum (hakkaðar)

225 g / 8 oz / 11/3 bollar flórsykur, sigtaður

Þeytið helminginn af smjörinu eða smjörlíkinu og flórsykrinum þar til það er létt og ljóst. Bætið eggjunum smám saman út í, bætið við hveiti, salti og 15 ml / 1 matskeið af kaffikjarna. Hellið blöndunni í tvö smurð og klædd 18cm/7 samlokuform (form) og bakið í forhituðum ofni við 180°C/350°F/gasmark 4 í 25 mínútur þar til hún er stíf við snertingu. Látið kólna. Settu möndlurnar í þurra pönnu (steikarpönnu) og settu í miðlungs ofn, hristu pönnuna stöðugt, þar til þær eru gullinbrúnar.

Þeytið afganginn af smjörinu eða smjörlíkinu þar til það er mjúkt, bætið síðan flórsykrinum og kaffikjarnanum smám saman út í þar til það nær smurhæfri þykkt. Smurðu kökunum saman við þriðjung af frostinu. Smyrjið helmingnum af frostinu sem eftir er á hliðina á kökunni og þrýstið ristuðu möndlunum ofan í frostinginn. Dreifið afganginum yfir kökuna og skerið í mynstur með gaffli.

Kaffi og Walnut Ring Gâteau

Gerir 23 cm / 9 köku

Fyrir kökuna:

15 ml / 1 matskeið skyndikaffiduft

15 ml / 1 matskeið af mjólk

100 g / 4 oz / 1 bolli sjálfhækkandi hveiti (sjálfhækkandi)

5 ml / 1 tsk lyftiduft

100 g / 4 oz / ½ bolli smjör eða smjörlíki, mildað

100 g / 4 oz / ½ bolli flórsykur (ofurfínn)

2 egg, létt þeytt

Fyrir fyllinguna:

45 ml / 3 matskeiðar apríkósasulta (soðið), sigtað (sígað)

15 ml / 1 matskeið af vatni

10 ml / 2 teskeiðar skyndikaffiduft

30 ml / 2 matskeiðar mjólk

100 g / 4 oz / 2/3 bolli flórsykur, sigtaður

50 g / 2 oz / ¼ bolli smjör eða smjörlíki, mildað

50 g / 2 oz / ½ bolli valhnetur, saxaðar

Fyrir kökuna (kremið):

30 ml / 2 matskeiðar skyndikaffiduft

90 ml / 6 matskeiðar af mjólk

450 g / 1 lb / 22/3 bollar flórsykur, sigtaður

50 g / 2 oz / ¼ bolli smjör eða smjörlíki

Nokkrir valhnetuhelmingar til að skreyta

Til að gera kökuna, leysið kaffið upp í mjólkinni, blandið saman við afganginn af kökuhráefninu og þeytið þar til allt er vel blandað saman. Hellið í smurt 23cm/9 hringaform (pípulaga mót) og bakið í forhituðum ofni við 160°C/325°F/gasmark 3 í 40 mínútur þar til það er fjörlegt viðkomu. Látið kólna á pönnunni í 5 mínútur og setjið síðan á vírgrind til að klára kælinguna. Skerið kökuna í tvennt lárétt.

Til að búa til fyllinguna, hitið sultuna og vatnið þar til það er slétt og penslið síðan yfir afskorin yfirborð kökunnar. Leysið kaffið upp í mjólkinni, blandið flórsykri, smjöri eða smjörlíki og hnetum saman við og þeytið þar til smurt er smurt. Sambandið tvo helminga kökunnar með fyllingunni.

Til að búa til áleggið er kaffið leyst upp í mjólkinni í hitaþolinni skál sem sett er yfir pönnu með sjóðandi vatni. Bætið flórsykri og smjöri eða smjörlíki út í og þeytið þar til það er slétt. Takið af hitanum og leyfið að kólna og þykkna þannig að það verði þykkt, þeytið af og til. Setjið kremið á kökuna, skreytið með valhnetuhelmingum og látið harðna.

Súkkulaði Gâteau og danskur vanilósa

Gerir 23 cm / 9 köku

4 aðskilin egg

175 g / 6 oz / 1 bolli flórsykur, sigtaður

Rifinn börkur af ½ sítrónu

60 g / 2½ oz / 2/3 bolli venjulegt hveiti (allur tilgangur)

60 g / 2½ oz / 2/3 bolli kartöflumjöl

2,5 ml / ½ tsk lyftiduft

Fyrir fyllinguna:

45 ml / 3 matskeiðar flórsykur (ofurfínn)

15 ml / 1 matskeið maísmjöl (maissterkja)

300 ml / ½ pkt / 1¼ bollar mjólk

3 þeyttar eggjarauður

50 g / 2 oz / ½ bolli saxaðar blandaðar hnetur

150 ml / ¼ pt / 2/3 bolli tvöfaldur rjómi (þungur)

Upp á þak:

100 g / 4 oz / 1 bolli hreint súkkulaði (hálfsætt)

30 ml / 2 matskeiðar tvöfaldur rjómi (þungur)

25 g / 1 oz / ¼ bolli hvítt súkkulaði, rifið eða sneið í klasa

Þeytið eggjarauður með flórsykri og sítrónuberki. Bætið hveitinu og gerinu út í. Þeytið eggjahvíturnar þar til þær eru stífar og blandið þeim saman við blönduna með málmskeið. Hellið í smurt og klætt 23cm/9 kökuform (bökunarform) og bakið í forhituðum ofni við 190°C/375°F/gas 5 í 20 mínútur þar til það er gullið og fjaðrandi að snerta. Látið kólna á pönnunni í 5 mínútur og setjið síðan á vírgrind til að klára kælinguna. Skerið kökuna lárétt í þrjú lög.

Til að gera fyllinguna, þeytið sykur og maíssterkju þar til þau mynda deig með smá mjólk. Hitið afganginn af mjólkinni rétt að suðu, hellið maíssterkjublöndunni yfir og blandið vel saman. Settu aftur í skolaða pönnuna og hrærðu stöðugt við mjög vægan hita þar til kremið þykknar. Þeytið eggjarauður við mjög lágan hita, án þess að láta rjómann sjóða. Látið það kólna aðeins og bætið við valhnetunum. Þeytið kremið þar til það er stíft og blandið því saman við kremið. Smurðu lögunum saman við rjómann.

Til að gera frosting, bræðið súkkulaðið og rjómann í hitaþolinni skál sem er sett yfir pönnu með sjóðandi vatni. Dreifið yfir kökuna og skreytið með rifnu hvítu súkkulaði.

Ávaxtahlið

Gerir 20 cm / 8 köku

1 eldunarepli (baka), afhýtt, kjarnhreinsað og saxað

25 g / 1 oz / ¼ bolli þurrkaðar fíkjur, saxaðar

25 g / 1 oz / ¼ bolli rúsínur

75 g / 3 oz / 1/3 bolli smjör eða smjörlíki, mildað

2 egg

175 g / 6 oz / 1½ bollar heilhveiti (heilhveiti)

5 ml / 1 tsk lyftiduft

30 ml / 2 matskeiðar undanrennu

15 ml / 1 matskeið gelatín

30 ml / 2 matskeiðar af vatni

400 g / 14 oz / 1 stór dós saxaður ananas, tæmd

300 ml / ½ pt / 1¼ bollar ferskur ostur

150 ml / ¼ pt / 2/3 bolli ferskur rjómi

Blandið saman epli, fíkjum, rúsínum og smjöri eða smjörlíki. Bætið eggjunum við. Bætið við nægu hveiti, geri og mjólk til að mynda slétta blöndu. Hellið í smurt 20cm/8 kökuform (bökunarform) og bakið í forhituðum ofni við 180°C/350°F/gasmark 4 í 30 mínútur þar til það er stíft að snerta. Takið af pönnunni og látið kólna á grind.

Til að búa til fyllinguna, stráið matarlíminu yfir vatnið í lítilli skál og látið standa þar til það myndast svampur. Setjið skálina í pott með heitu vatni og látið standa þar til hún er leyst upp. Látið það kólna aðeins. Bætið ananum, ferskum osti og rjóma út í og kælið þar til það er stíft. Skerið kökuna í tvennt lárétt og samlokið með rjóma.

Ávextir Savarin

Gerir 20 cm / 8 köku

15 g/½ oz ferskt ger eða 20 ml/4 tsk þurrger

45 ml / 3 matskeiðar heit mjólk

100 g / 4 oz / 1 bolli venjulegt sterkt hveiti (brauð)

Smá salt

5 ml / 1 teskeið af sykri

2 þeytt egg

50 g / 2 oz / ¼ bolli smjör eða smjörlíki, mildað

Fyrir sírópið:

225 g / 8 oz / 1 bolli flórsykur (ofurfínn)

300 ml / ½ pt / 1¼ bollar vatn

45 ml / 3 matskeiðar kirsch

Fyrir fyllinguna:

2 bananar

100 g / 4 oz jarðarber, sneið

100 g hindberjum

Þeytið gerið saman við mjólkina og bætið við 15 ml / 1 matskeið af hveiti. Látið standa þar til það er orðið froðukennt. Bætið afganginum af hveitinu, salti, sykri, eggjum og smjöri út í og þeytið þar til þú hefur mjúkt deig. Flyttu yfir í smurða og hveitistráða 20 cm/8 ausu í savarin- eða hringformi (pípuformi) og láttu standa á heitum stað í um það bil 45 mínútur þar til blandan nær næstum toppi formsins. Bakið í forhituðum ofni í 30 mínútur þar til það er gullið og minnkar á hliðunum á pönnunni. Veltið út á grind yfir bakka og allt saxað með teini.

Á meðan savarin er að elda skaltu búa til sírópið. Leysið sykurinn upp í vatninu við vægan hita, hrærið af og til. Látið suðuna koma upp og eldið án þess að hræra í 5 mínútur þar til það er síróp. Bætið kirschinu út í. Dreifið heitu sírópinu yfir savarinið þar til það er mettað. Látið kólna.

Skerið bananana í þunnar sneiðar og blandið saman við hina ávextina og sírópið sem dreypti á bakkann. Setjið savarin á disk og setjið ávextina í miðjuna áður en hann er borinn fram.

Piparkökur lagkaka

Gerir 18cm/7 köku

100 g / 4 oz / 1 bolli sjálfhækkandi hveiti (sjálfhækkandi)

5 ml / 1 tsk lyftiduft

100 g / 4 oz / ½ bolli smjör eða smjörlíki, mildað

100 g / 4 oz / ½ bolli flórsykur (ofurfínn)

2 egg

Til fyllingar og skreytingar:

150 ml / ¼ pt / 2/3 bolli þeyttur rjómi eða tvöfaldur rjómi (þungur)

100 g / 4 oz / 1/3 bolli engiferhlaup

4 piparkökur (kökur), muldar

Nokkrir bitar af sykrað (kristallað) engifer

Þeytið allt hráefni kökunnar þar til það hefur blandast vel saman. Hellið í tvö smurð og klædd 18cm/7 samlokuform (bökunarform) og bakið í forhituðum ofni við 160°C/325°F/gasmark 3 í 25 mínútur þar til þær eru gylltar og fjaðrandi viðkomu. Látið kólna í formunum í 5 mínútur og setjið svo inn í ofn til að klára kælingu. Skerið hverja köku í tvennt lárétt.

Til að gera fyllinguna þeytið rjómann þar til hann er stífur. Smyrjið botnlagið á köku með helmingi marmelaðisins og setjið annað lagið ofan á. Smyrjið helmingnum af rjómanum og hyljið með næsta lagi. Smyrjið restinni af marmelaðinu yfir og setjið síðasta lagið yfir. Dreifið afganginum af rjómanum yfir og skreytið með smákökumylsnunni og kristölluðu engiferinu.

Vínber og ferskja Gâteau

Gerir 20 cm / 8 köku

4 egg

100 g / 4 oz / ½ bolli flórsykur (ofurfínn)

75 g / 6 oz / 1½ bollar venjulegt hveiti (allur tilgangur)

Smá salt

Til fyllingar og skreytingar:

100 g / 14 oz / 1 stór dós af ferskjum í sírópi

450 ml / ¾ pt / 2 bollar tvöfaldur rjómi (þungur)

50 g / 2 oz / ¼ bolli flórsykur (ofurfínn)

Nokkrir dropar af vanilluþykkni (þykkni)

100 g / 4 oz / 1 bolli heslihnetur, saxaðar

100 g/4 oz frælaus vínber (frælaus)

Kvistur af ferskri myntu

Þeytið egg og sykur þar til þú færð þykka og ljósa blöndu og láttu þeytarann vera í strimlum. Sigtið hveiti og salt og blandið varlega saman þar til það hefur blandast saman. Færið í smurt og klætt 20cm/8 brauðform með skeið (bökunarplötu) og bakið í forhituðum ofni við 180°C/350°F/gasmark 4 í 30 mínútur þar til tannstöngull sem stungið er í miðjuna kemur hreinn út. Látið kólna á pönnunni í 5 mínútur og setjið síðan á vírgrind til að klára kælinguna. Skerið kökuna í tvennt lárétt.

Tæmdu ferskjurnar og geymdu 90 ml / 6 matskeiðar af sírópinu. Skerið helming ferskjanna þunnt og saxið afganginn. Þeytið rjómann með sykri og vanilludropum þar til það er þykkt. Smyrjið helmingnum af kreminu yfir neðsta lag kökunnar, stráið söxuðum ferskjum yfir og setjið toppinn á kökuna aftur. Smyrjið því sem eftir er af kreminu á hliðarnar og ofan á kökuna. Þrýstu söxuðu valhnetunum í hliðarnar. Raðið sneiðum ferskjum í kringum brúnina á kökunni og vínberunum í miðjuna. Skreytið með myntugrein.

Lemon Gâteau

Gerir 18cm/7 köku

Fyrir kökuna:

100 g / 4 oz / ½ bolli smjör eða smjörlíki, mildað

100 g / 4 oz / ½ bolli flórsykur (ofurfínn)

2 egg, létt þeytt

100 g / 4 oz / 1 bolli sjálfhækkandi hveiti (sjálfhækkandi)

Smá salt

Rifinn hýði og safi úr 1 sítrónu

Fyrir kökuna (kremið):

100 g / 4 oz / ½ bolli smjör eða smjörlíki, mildað

225 g / 8 oz / 11/3 bollar flórsykur, sigtaður

100 g / 4 oz / 1/3 bolli sítrónuost

Kápa blóm til skrauts

Til að gera kökuna, þeytið smjör eða smjörlíki og sykur þar til það er ljóst og ljóst. Bætið eggjunum út í smátt og smátt og bætið svo við hveiti, salti og sítrónuberki. Hellið blöndunni í tvö smurð og klædd 18cm/7 samlokuform (form) og bakið í forhituðum ofni við 180°C/350°F/gasmark 4 í 25 mínútur þar til hún er stíf við snertingu. Látið kólna.

Til að gera frosting, þeytið smjörið eða smjörlíkið þar til það er mjúkt, bætið síðan flórsykrinum og sítrónusafanum út í þannig að það verði smurt. Smurðu kökunum saman við sítrónuostinn og dreifðu þremur fjórðu af frostinu yfir toppinn og hliðarnar á kökunni, skorið mynstur með gaffli. Setjið afganginn af frostinu í sprautupoka með stjörnuodda og rörrósettum utan um toppinn á kökunni. Skreytið með sleikjublómum.

Marron Gâteau

Gerir 25 cm / 10 köku

425 g / 15 oz / 1 stór dós af kastaníumauki

6 egg, aðskilin

5 ml / 1 tsk vanillukjarna (þykkni)

5 ml / 1 teskeið af kanildufti

350 g / 12 oz / 2 bollar flórsykur, sigtaður

100 g / 4 oz / 1 bolli venjulegt hveiti (allur tilgangur)

5 ml / 1 tsk duftformað gelatín

30 ml / 2 matskeiðar af vatni

15 ml / 1 matskeið romm

300 ml / ½ pt / 1¼ bollar tvöfaldur rjómi (þungur)

90 ml / 6 matskeiðar apríkósasulta (soðið), sigtað (sígað)

30 ml / 2 matskeiðar af vatni

450 g / 1 lb / 4 bollar hreint súkkulaði (hálfsætt), brotið í bita

100 g / 4 oz möndlumauk

30 ml / 2 matskeiðar saxaðar pistasíuhnetur

Sigtið kastaníumaukið og hrærið þar til það er slétt og skiptið því síðan í tvennt. Blandið helmingnum saman við eggjarauður, vanillukjarna, kanil og 50 g / 2 oz / 1/3 bolli flórsykur. Þeytið eggjahvíturnar þar til þær eru stífar, þeytið síðan 175 g / 6 oz / 1 bolli flórsykur smám saman út í þar til blandan myndar stífa toppa. Bætið við eggjarauðu- og kastaníublönduna. Bætið hveitinu út í og setjið í smurt og klætt 25 cm / 10 kökuform (bökunarplötu). Bakið í forhituðum ofni við 180°C/350°F/gasmark 4 í 45 mínútur þar til það er mjúkt viðkomu. Látið kólna, hyljið og látið standa yfir nótt.

Stráið matarlíminu yfir vatnið í skál og látið standa þar til það er svampað. Setjið skálina í pott með heitu vatni og látið standa þar til hún er leyst upp. Látið það kólna aðeins. Blandið afganginum af kastaníumaukinu saman við afganginn af flórsykri og rommi. Þeytið rjómann þar til hann er stífur og blandið saman við maukið með uppleystu gelatíninu. Skerið kökuna lárétt í þrennt og búið til samloku með kastaníumaukinu. Skerið brúnirnar og kælið í 30 mínútur.

Sjóðið sultuna með vatninu þar til hún hefur blandast vel saman og penslið yfir toppinn og hliðarnar á kökunni. Bræðið súkkulaðið í hitaþolinni skál yfir pönnu með sjóðandi vatni. Mótið möndlumaukið í 16 kastaníuform. Dýfið botninum í brædda súkkulaðið og síðan í pistasíuhneturnar. Dreifið restinni af súkkulaðinu yfir toppinn og hliðarnar á kökunni og sléttið yfirborðið með spaða. Raðið kastaníuhnetunum í möndlumauk á kantinn á meðan súkkulaðið er enn heitt og skerið í 16 sneiðar. Látið kólna og harðna.

Millefeuille

Gerir 23 cm / 9 köku

Smjördeig 225 g / 8 oz

150 ml / ¼ pt / 2/3 tvöfaldur bolli (þungur) eða þungur þeyttur rjómi

45 ml / 3 matskeiðar hindberjasulta (geymsla)

Sælgætissykur, sigtaður

Fletjið deigið út (pasta) í um 3 mm/1/8 þykkt og skerið í þrjá jafna ferhyrninga. Sett á röka bökunarplötu (kex) og bakað í forhituðum ofni við 200°C/400°F/gasmark 6 í 10 mínútur þar til þær eru gullinbrúnar. Látið kólna á vír grind. Þeytið rjómann þar til hann er stífur. Dreifið sultunni yfir tvo ferhyrninga af deigi. Smurðu ferhyrningunum saman við rjómann, þektu með afganginum af rjómanum. Berið fram flórsykri stráð yfir.

Orange Gateau

Gerir 18cm/7 köku

225 g/8 oz/1 bolli smjör eða smjörlíki, mildað

100 g / 4 oz / ½ bolli flórsykur (ofurfínn)

2 egg, létt þeytt

100 g / 4 oz / 1 bolli sjálfhækkandi hveiti (sjálfhækkandi)

Smá salt

Rifinn hýði og safi úr 1 appelsínu

225 g / 8 oz / 11/3 bollar flórsykur, sigtaður

Gljáðar appelsínusneiðar (sykraðar) til að skreyta

Þeytið helminginn af smjörinu eða smjörlíkinu og flórsykrinum þar til það er létt og ljóst. Bætið eggjunum smám saman út í og bætið svo hveiti, salti og appelsínuberki út í. Hellið blöndunni í tvö smurð og klædd 18cm/7 samlokuform (form) og bakið í forhituðum ofni við 180°C/350°F/gasmark 4 í 25 mínútur þar til hún er stíf við snertingu. Látið kólna.

Þeytið afganginn af smjörinu eða smjörlíkinu þar til það er mjúkt, bætið síðan flórsykrinum og appelsínusafanum út í þannig að það verði smurt. Smurðu kökunum saman með þriðjungi af sleikju og dreifðu afganginum yfir toppinn og hliðarnar á kökunni, merktu mynstur með gaffli. Skreytið með gljáðum appelsínusneiðum.

Fjögurra laga appelsínumarmelaði Gâteau

Gerir 23 cm / 9 köku

Fyrir kökuna:

200 ml / 7 fl oz / lítill 1 bolli vatn

25 g / 1 oz / 2 matskeiðar smjör eða smjörlíki

4 egg, létt þeytt

300 g / 11 oz / 11/3 bollar flórsykur (ofurfínn)

5 ml / 1 tsk vanillukjarna (þykkni)

300 g / 11 oz / 2¾ bollar venjulegt hveiti (allur tilgangur)

10 ml / 2 tsk lyftiduft

Smá salt

Fyrir fyllinguna:

30 ml/2 msk venjulegt hveiti (allur tilgangur)

30 ml / 2 matskeiðar maísmjöl (maissterkja)

15 ml / 1 matskeið flórsykur (ofurfínn)

2 aðskilin egg

450 ml / ¾ pt / 2 bollar mjólk

5 ml / 1 tsk vanillukjarna (þykkni)

120 ml / 4 fl oz / ½ bolli sætt sherry

175 g / 6 oz / ½ bolli appelsínumarmelaði

120 ml / 4 fl oz / ½ bolli tvöfaldur rjómi (þungur)

100 g / 4 oz hnetur brothætt, mulið

Til að gera kökuna er vatnið látið sjóða með smjöri eða smjörlíki. Þeytið eggin með sykrinum þar til þau eru létt og froðukennd, þeytið síðan áfram þar til blandan er orðin mjög létt. Bætið vanilluþykkni út í, stráið hveiti, ger og salti yfir og bætið sjóðandi smjöri og vatni út í. Blandið bara þar til blandað. Hellið í tvö smurð og hveitistráð 23cm/9 samlokuform (bökunarplötur) og bakið í forhituðum ofni við 180°C/350°F/gasmark 4 í 25 mínútur þar til þær eru gylltar og fjaðrandi viðkomu. Látið kólna í formunum í 3 mínútur og setjið svo inn í ofn til að klára kælingu. Skerið hverja köku í tvennt lárétt.

Til að búa til fyllinguna skaltu blanda hveiti, maíssterkju, sykri og eggjarauðu saman þar til það myndast mauk með smá mjólk. Látið suðuna koma upp af mjólkinni á pönnu, hellið út í blönduna og þeytið þar til hún er mjúk. Setjið aftur í skolaða pönnuna og látið suðuna koma upp við vægan hita, hrærið stöðugt þar til það þykknar. Takið af hellunni og bætið vanilludropum út í og látið það síðan kólna aðeins. Þeytið eggjahvíturnar þar til þær eru stífar og blandið svo saman við.

Stráið sherryinu yfir öll fjögur kökulögin, smyrjið þrjú með sultu og dreifið svo kreminu yfir. Settu lögin saman í fjögurra laga samloku. Þeytið kremið þar til það er stíft og setjið ofan á kökuna. Stráið hnetubrotnum yfir.

Pecan og döðlu Gâteau

Gerir 23 cm / 9 köku

Fyrir kökuna:

250 ml / 8 fl oz / 1 bolli sjóðandi vatn

450 g / 1 lb / 2 bollar döðlur með gryfju, smátt saxaðar

2,5 ml / ½ tsk matarsódi (matarsódi)

225 g / 8 oz / 1 bolli smjör eða magarine, mildað

225 g / 8 oz / 1 bolli flórsykur (ofurfínn)

3 egg

100 g / 4 oz / 1 bolli saxaðar pekanhnetur

5 ml / 1 tsk vanillukjarna (þykkni)

350 g / 12 oz / 3 bollar venjulegt hveiti (allur tilgangur)

10 ml / 2 tsk af kanildufti

5 ml / 1 tsk lyftiduft

Fyrir kökuna (kremið):

120 ml / 4 fl oz / ½ bolli vatn

30 ml / 2 matskeiðar kakóduft (ósykrað súkkulaði).

10 ml / 2 teskeiðar skyndikaffiduft

100 g / 4 oz / ½ bolli smjör eða smjörlíki

400 g / 14 oz / 21/3 bollar flórsykur, sigtaður

50 g / 2 oz / ½ bolli pekanhnetur, smátt saxaðar

Til að gera kökuna skaltu hella sjóðandi vatni yfir döðlurnar og bíkarbónatið af gosi og láta standa þar til það er kólnað. Þeytið smjör eða smjörlíki og flórsykur þar til létt og ljóst. Bætið eggjunum smám saman út í og bætið valhnetum, vanilludropum og döðlum saman við. Bætið hveiti, kanil og geri saman við. Hellið í tvö smurð 23cm/9 samlokuform og bakið í forhituðum ofni við 180°C/350°F/gasmark 4 í 30 mínútur þar til það er vorkennt að snerta. Snúið út á vírgrind til að kólna.

Til að gera áleggið skaltu sjóða vatnið, kakóið og kaffið á lítilli pönnu þar til þú færð þykkt síróp. Látið kólna. Þeytið smjör eða smjörlíki og flórsykur þar til það er mjúkt og bætið sírópinu út í. Smurðu kökunum saman við þriðjung af frostinu. Smyrjið helmingnum af frostinu sem eftir er á hliðina á kökunni og þrýstið söxuðum valhnetum út í. Dreifið mestu af frostinu sem eftir er ofan á og pípið nokkrar rósettur af frosti.

Plómu og kanill Gâteau

Gerir 23 cm / 9 köku

350 g / 12 oz / 1½ bolli smjör eða smjörlíki, mjúkt

175 g / 6 oz / ¾ bolli flórsykur (ofurfínn)

3 egg

150 g / 5 oz / 1¼ bollar sjálfhækkandi hveiti (sjálfhækkandi)

5 ml / 1 tsk lyftiduft

5 ml / 1 teskeið af kanildufti

350 g / 12 oz / 2 bollar flórsykur, sigtaður

5 ml / 1 tsk fínt rifinn appelsínubörkur

100 g / 4 oz / 1 bolli heslihnetur, grófmalaðar

300 g / 11 oz / 1 meðalstór niðursoðinn plómur, tæmd

Þeytið helminginn af smjörinu eða smjörlíkinu og flórsykrinum þar til það er létt og ljóst. Þeytið eggin smám saman og bætið síðan hveiti, lyftidufti og kanil út í. Flyttu yfir í smurt og skeiðklætt 23 cm/9 ferningsform og bakaðu í forhituðum ofni við 180°C/350°F/gasmark 4 í 40 mínútur þar til tannstöngull sem stungið er í miðjuna kemur hreinn út. Takið úr forminu og látið kólna.

Þeytið afganginn af smjörinu eða smjörlíkinu þar til það er mjúkt og blandið síðan flórsykrinum og rifnum appelsínuberki saman við. Skerið kökuna í tvennt lárétt, samlokið síðan helmingunum tveimur með tveimur þriðju af frostinu. Dreifið mestu af frostinu sem eftir er yfir toppinn og hliðarnar á kökunni. Þrýstið valhnetunum í hliðar kökunnar og raðið plómunum fallega ofan á. Skreyttu afganginn af frostinu skrautlega í kringum efri brún kökunnar.

Prune Layer Gâteau

Gerir 25 cm / 10 köku

Fyrir kökuna:

225 g / 8 oz / 1 bolli smjör eða smjörlíki

300 g / 10 oz / 2¼ bollar flórsykur (ofurfínn)

3 egg, aðskilin

450 g / 1 lb / 4 bollar venjulegt hveiti (alhliða)

5 ml / 1 tsk lyftiduft

5 ml / 1 tsk matarsódi (natríumbíkarbónat)

5 ml / 1 teskeið af kanildufti

5 ml / 1 tsk rifinn múskat

2,5 ml / ½ teskeið malaður negull

Smá salt

250 ml / 8 fl oz / 1 bolli venjulegur rjómi (létt)

225 g / 8 oz / 11/3 bollar holhreinsaðar (pittaðar) soðnar plómur, smátt saxaðar

Fyrir fyllinguna:

250 ml / 8 fl oz / 1 bolli venjulegur rjómi (létt)

100 g / 4 oz / ½ bolli flórsykur (ofurfínn)

3 eggjarauður

225 g / 8 únsur / 11/3 bollar soðnar plómur með gryfju (pittaðar)

30 ml / 2 matskeiðar rifinn appelsínubörkur

5 ml / 1 tsk vanillukjarna (þykkni)

50 g / 2 oz / ½ bolli saxaðar blandaðar hnetur

Til að gera kökuna skaltu rjóma smjörið eða smjörlíkið og sykur. Bætið eggjarauðunum smám saman út í og bætið við hveiti, lyftidufti, matarsóda, kryddi og salti. Bætið rjómanum og plómunum út í. Stífþeytið eggjahvíturnar og blandið þeim saman við blönduna. Hellið í þrjú smurð og hveitistráð 25cm/10 samlokuform (bökunarplötur) og bakið í forhituðum ofni við 180°C/350°F/gasmark 4 í 25 mínútur þar til þær eru vel lyftar og fjaðrandi viðkomu. Látið kólna.

Blandið öllum innihaldsefnum í fyllinguna, nema hnetunum, þar til það hefur blandast vel saman. Setjið á pönnu og eldið við vægan hita þar til það þykknar, hrærið stöðugt í. Dreifið þriðjungi af fyllingunni yfir kökubotninn og stráið þriðjungi af valhnetunum yfir. Setjið seinni kökuna ofan á og hyljið helminginn af frostinu sem eftir er og helminginn af hnetunum sem eftir eru. Setjið síðustu kökuna ofan á og dreifið restinni af frostinu og hnetunum yfir.

Regnbogaröndkaka

Gerir 18cm/7 köku

Fyrir kökuna:

100 g / 4 oz / ½ bolli smjör eða smjörlíki, mildað

225 g / 8 oz / 1 bolli flórsykur (ofurfínn)

3 egg, aðskilin

225 g / 8 oz / 2 bollar venjulegt hveiti (allur tilgangur)

Smá salt

120 ml / 4 fl oz / ½ bolli mjólk, auk aðeins meira

5 ml / 1 tsk rjómi af vínsteini

2,5 ml / ½ tsk matarsódi (matarsódi)

Nokkrir dropar af sítrónukjarna (útdráttur)

Nokkrir dropar af rauðum matarlit

10 ml / 2 tsk kakóduft (ósykrað súkkulaði).

Fyrir fyllinguna og áleggið (krem):

225 g / 8 oz / 11/3 bollar flórsykur, sigtaður

50 g / 2 oz / ¼ bolli smjör eða smjörlíki, mildað

10 ml / 2 teskeiðar af heitu vatni

5 ml / 1 teskeið af mjólk

2,5 ml / ½ tsk vanillukjarna (þykkni)

Litríkir sykurþræðir til að skreyta

Til að gera kökuna, þeytið smjör eða smjörlíki og sykur þar til það er ljóst og ljóst. Bætið eggjarauðunum út í smátt og smátt, bætið hveiti og salti út í til skiptis með mjólkinni. Blandið tartarkreminu og matarsódanum saman við smá aukamjólk og bætið út í blönduna. Þeytið eggjahvíturnar þar til þær eru stífar og blandið þeim saman við blönduna með málmskeið. Skiptið blöndunni í þrjá jafna hluta. Blandið sítrónukjarnanum í fyrstu skálina, rauða matarlitinn í annarri skálinni og kakóinu í þriðju skálinni. Hellið blöndunum í smurt og klætt 18cm/7 kökuform (bökunarform) og bakið í forhituðum ofni við 180°C/350°F/gasmark 4 í 25 mínútur þar til þær eru gylltar og fjaðrandi viðkomu. Látið kólna í formunum í 5 mínútur og setjið svo inn í ofn til að klára kælingu.

Til að búa til flórsykurinn er flórsykurinn settur í skál og búið til holu í miðjunni. Bætið smjöri eða smjörlíki, vatni, mjólk og vanilludropum smám saman út í þar til þú færð smurhæfa blöndu. Smurðu kökunum saman við þriðjung af blöndunni og dreifðu afganginum yfir toppinn og hliðarnar á kökunni, grófu yfirborðið með gaffli. Stráið toppnum með lituðum sykurþráðum.

Gâteau St-Honoré

Gerir 25 cm / 10 köku

Fyrir choux sætabrauðið:

50 g / 2 oz / ¼ bolli ósaltað smjör (sætt) eða smjörlíki

150 ml / ¼ pt / 2/3 bolli mjólk

Smá salt

50 g / 2 oz / ½ bolli venjulegt hveiti (allur tilgangur)

2 egg, létt þeytt

Smjördeig 225 g / 8 oz

1 eggjarauða

Fyrir karamellu:

225 g / 6 oz / ¾ bolli flórsykur (ofurfínn)

90 ml / 6 matskeiðar af vatni

Til fyllingar og skreytingar:

5 ml / 1 tsk duftformað gelatín

15 ml / 1 matskeið af vatni

1 magn af vanillukremi

3 eggjahvítur

175 g / 6 oz / ¾ bolli flórsykur (ofurfínn)

90 ml / 6 matskeiðar af vatni

Til að búa til choux deigið, bræðið smjörið ásamt mjólkinni og salti við vægan hita. Látið suðuna koma upp, takið af hitanum og bætið hveitinu hratt út í og blandið þar til deigið losnar af hliðunum á pönnunni. Látið það kólna aðeins og bætið eggjunum smátt og smátt út í og þeytið áfram þar til það er einsleitt og glansandi.

Fletjið smjördeigið út í 26cm / 10½ hring, setjið á smurða bökunarplötu og stingið með gaffli. Flyttu choux deigið í sætabrauðspoka með 1 cm/½ tommu þjórfé og settu hring í kringum brún smjördeigsins. Gerðu annan hring hálfa leið í átt að miðju. Á sérstakri smurðri bökunarplötu, pípið afganginn af choux deiginu í litlar kúlur. Penslið allt deigið með eggjaþvotti og bakið í forhituðum ofni við 220°C/425°F/gasmark 7 í 12 mínútur fyrir choux-kúlurnar og 20 mínútur fyrir botninn þar til þær eru gullnar og útblásnar.

Til að búa til karamelluna skaltu leysa sykurinn upp í vatni og sjóða án þess að hræra í um það bil 8 mínútur við 160°C/320°F þar til ljós karamellur. Penslið ytri hringinn með karamellu, smá í einu. Dýfðu efsta helmingi kúlanna í karamelluna og þrýstu þeim á ytri deighringinn.

Til að búa til fyllinguna, stráið matarlíminu yfir vatnið í skál og látið standa þar til það myndast svampur. Setjið skálina í pott með heitu vatni og látið standa þar til hún er leyst upp. Látið kólna aðeins og bætið vanillukreminu út í. Þeytið eggjahvíturnar þar til þær eru stífar. Á meðan skaltu sjóða sykurinn og vatnið við 120°C/250°F eða þar til dropi í kalda vatnið myndar harða kúlu. Þeytið eggjahvíturnar smám saman út í, þeytið síðan áfram þar til þær eru kólnar. Bætið rjómanum út í. Smyrjið kreminu í miðju kökunnar og setjið í kæli áður en það er borið fram.